零基礎

實用越語
輕鬆學

—————— 上冊 ——————

阮氏青河　著

iếng Việt, càng học càng dễ

從外配到外語教師的過程

貧乏物語不貧乏，大家來說越南語

十年前剛剛開辦越南文《四方報》時，我在腦子裡加裝了一組雷達，專責搜尋任何與越南有關的消息。雷達聲嗶嗶嗶響起：情報顯示，台南成功大學附近的一間書店裡，出現越南書！趁著年節出遊，拉著家人順道拜訪，在人車逼仄的育樂街上找到了「貧乏物語」二手書店。嗯嗯，頗有玄機的店名。

貧乏物語

一間普通大小的店面，幾排拔地頂天的書架隔成三四個狹窄通道，轉角處的地上堆了一落一落的書。多半是中文書籍，越南書只在右側書櫃佔了幾格，是老闆夫妻自己往返越南時帶回來的。雖然不多，也夠稀奇，畢竟台灣是中文世界。書店老闆是戴著圓框眼鏡身材也圓滾滾的陳皇岐，一個飽讀詩書落拓不羈的台灣男人，怪不得能把日本左派河上肇的著作《貧乏物語》拿來當店名。他蒐藏了太多珍貴的舊書，乾脆自己開一間二手書店。陳皇岐同時熟悉越南歷史文化，那是在他娶了來自越南的阮氏青河當老婆之前。說起青河，也非泛泛之輩。她是越南河內國家大學法文系畢業的高材生，無奈當地工作難找，索性趁著年輕隨著潮流到台灣當工廠女工，因緣之下認識當時在台北工作的陳皇岐，就此落地生根。在老公的支持下，青河重拾書本，一路把碩士、博士念上去。

新住民博士

我所屬的《四方報》是越南文刊物，他們開的「貧乏物語」是越南書店，勉強稱得上是同業，而青河也是《四方報》不可多得的越文翻譯。之後我每回去台南，總會

找時間和他夫妻倆見上一面，吃一餐台南在地小吃。遺憾的是，書店經營不易，「貧乏物語」收了。夫妻倆接著開了一間牆上畫了河內街景壁畫的「東京河粉（越南河內舊名「東京」）」，溢滿濃濃的人文味道，最後因為分身乏術，還是收了。店開不成，生活還是要過，孩子還是要養。陳皇岐一邊繼續經營二手書網路買賣，一邊憑藉他「五音不全」的越南話，去當工廠外勞管理員。青河則延續她一直以來的衝勁，像一只陀螺般飛快旋轉，除了當翻譯、當口譯、南北奔波教越南文、拉拔兩個調皮的孩子之外，更因為成大歷史系博士生的身分，讓她不容推辭地成為媒體最愛的東南亞新住民代言人，頻頻上新聞版面，替其他姊妹說出心聲，扭轉一般台灣人對新住民的刻板印象：「我們不是只會替台灣人生小孩的工具！」

青河出書

這次和青河在台北碰頭，她遞給我一疊稿子，封面寫著「大家的越南語」。好有感覺的書名呀！不是功利的、不是快速的，不是專門為特定階級寫的，而是「大家的」，承襲了「貧乏物語」的左派味道，似乎也呼應了青河從底層一路向上的努力。但是可惜此書名已有人使用，最後青河選用《實用越語輕鬆學》作為書名，將以最實用、大家都需要的越南語知識傳達給大家。

青河曾經在一場會議上語驚四座。她豪邁地說，台灣的新住民目前還是被觀看、被研究的「客體（object）」，她要爭取的，是讓新住民成為「主體（subject）」。是的，生活也許困難，錢永遠不夠用，但每個人都不能放棄作為自己的主人，開創自己的命運，青河是最好的示範。

原四方報總編輯

張　正

2017年1月

如何使用《實用越語輕鬆學》

　　筆者於2007年成大開設的越南語選修課認識了我的語言交換夥伴，也就是本書的作者——阮氏青河。光陰荏苒，當時我們總管她叫chị Hà（河姐），而今她已成為學員們口中的cô Hà（河老師），但我還是比較喜歡稱她chị Hà，一方面比較親切，另一方面也減少了彼此間的隔閡，實際相處上亦是如此。

　　初次見面，她當時還是成大歷史所碩士班一年級的學生，雖然來台未滿五載，竟已說著一口道地的中文，著實令我印象深刻；更甚者，她並非在越南便就讀漢學系，而是大學畢業後到台灣工作，才利用閒暇之餘學中文，不到幾年即臻可受高等教育之中文程度，真的讓我相當佩服！

　　後來，修畢一年的越南語才完全體會箇中奧秘。原來，越南語和中文有諸多相似之處，除了名詞、冠詞都沒有格變化（declension），動詞也毋須依照人稱或時態來變位（conjugation），更不可不提為數眾多的漢字詞，雖不像日語中的漢字一眼便知其意，但漢越詞（từ Hán Việt）與中文不僅常常讀音類似，還可將詞拆文解字成單獨的語素，並與中文一個字一個字地對應，例如：đại biểu（代表）、biểu hiện（表現）、hiện đại（現代）這三個詞在這兩種語言中其實就是三個語素互相組合罷了！類似的例子可謂不勝枚舉，依筆者學過十多種語言看來，在單字背誦方面，越南語是最有效率，且最容易推測並猜中生詞涵義的！

　　今年暫時離開職場，想重拾越語遂意外地成了chị Hà的學生，課堂講義正是這本教材的初稿，起初完全忘記發音規則的我在六週的課程結束後，已找回越語的語感，拜讀完全書後，甚至已超越當年學完一年的程度了。

　　《實用越語輕鬆學》前五課是發音規則，筆者認為越語最難的部分即是其發音，因為有彎多音很相似以及不存在於中文的音，好在chị Hà很用心，鉅細靡遺地在這幾

課中講解了各個聲母、韻母的差異，並按照說明將嘴型及舌位擺正確，再加上充分的練習，相信讀者藉由此書肯定能慢慢掌握越語發音。正所謂「頭過身就過」，習慣了看字讀音後在越語學習上已跨出一大步了。

後續的十七課，每課都有新的文法以及單字，而且主題包羅萬象，從最基本的打招呼、自我介紹，到吃飯、點餐、購物，最後更進階至天氣、旅遊、看病等等，每課都包含日常生活中非常實用的內容。筆者使用此書的習慣是先讀懂文法，接著看老師整理於對話後的生詞，先有個印象，再開始看對話正文，但會先遮住中文翻譯的部分，以測試自己有沒有理解文法及記住生詞，然後再對照翻譯核對。課文唸熟後便可搭配錄音來加強聽力，至少要訓練到不看課文也能聽懂大意，最理想是能同步聽懂細節，甚至跟著說。最後一步則是遮住越文，試著口頭翻譯出中文句子，以測試自己的內化程度。

此外，語言最重要的就是實際演練，chị Hà在文法之後有設計相關的練習可以精進；欲增加單字量者，許多課還附有補充單字，建議挑選能吸收或者會使用到的單字來背誦，畢竟貪多嚼不爛，背了又忘抑或用不到更是徒勞。消化完一整課豐富的內容，累了的話，貼心的chị Hà還安插了越南歌曲於課末，放鬆之餘還可藉由歌曲窺探越南文化嘍！

儘管chị Hà說出版此書並非在她原先的計畫之中，筆者仍能感受到她編纂此書的用心，會以會話為主體便是希望讀者們學完便可開口說越南語，而且能說的不只是課本上的例句，而是讀者心中想傳達什麼便可表達出來。無論你是完全的新手、剛學完發音的初學者想自修、抑或是跟我一樣想從頭複習初階越南語，我深信各個讀者必能在學完本書後有所進步，誠如書名所述這是本《實用越語輕鬆學》！

原成大醫院醫師

顏喬林
Nhan Kiều Lâm

越南語，越學越簡單

台灣與越南的關係越來越密切

　　台灣和越南的歷史發展及地理位置有非常多的相同點：在地理位置上同樣位於東西交通的交匯處，在歷史發展上同樣遭受外邦長期的統治。近年來台灣與越南的關係越來越密切，自從越南改革開放引進外資，台商在越南投資件數與金額都名列前茅。除了經貿上的關係，在台的越南移民與移工已超過二十萬人，其中婚姻移民佔將近一半人數，他們所生的孩子也高達七萬多人，因此台灣跟越南的關係可以說是親上加親。而台灣新政府上任後便開始推動新南向政策，鼓勵台灣人多向東南亞各國尋找投資機會與交流、學習。同時台灣教育部也規劃從107學年度開始，將東南亞新住民母語成為小學語言領域的必選修課程，至於國中、高中及大學，則可列入第二外語的課程讓學生選修。在種種因素之下，越南語已經成為台灣的顯學。想要學越南語的人越來越多，但是到目前為止，在台灣仍少有適合台灣學生學習的越南語教科書。授課的老師們大多數引進在越南境內出版給外國人學越南語的教材，這些教材的情境與方法，都有別於台灣人學習外語的習慣。

可實際運用在生活、工作上的《實用越語輕鬆學》

　　本教材《實用越語輕鬆學》的問世，是本人這幾年在台灣自己學習華語及教授越南語的經驗累積，作為越南語的基本教材，目的在於提供給初學越南語者基本知識。本教材由語音、會話、語法、文化切入，學習順序由簡入深，主題包含越南的食、衣、住、行，實用會話的部分每一課都藉由一個問題帶入，就是希望可以讓台灣人輕鬆地學習越南語，並且可實際運用在生活、工作上。

《實用越語輕鬆學》學習重點

　　越南語屬於孤立語，是單一音節的語言；越南文字則屬羅馬拼音文字，每一個字母代表一個音，若干字母結合在一起會將其發音融合，成為一個唯一的音。因此本教材第一課，將介紹越南語的拼音結構、聲母、韻母、聲調等語音因素。另外也將同源於漢字的越南語發音，和華語發音做個比較，讓讀者理解越南語的拼音模式。此外，越南語的詞彙雖然無法從字體本身看出其詞性，但藉由其意思可見其在句子當中扮演的角色。

　　從第二課到第五課，就是拼音的結構與練習。本教材運用語音學邏輯來編排拼音練習，從單一字母造成母音、子音或複合子音之聲母開始學習，同時還使用語音學的發音位置及發音方式呈現，並且用台灣的注音符號加以輔助，就是為了讓讀者學到最正確的發音。至於聲調，本書也脫離越南語原先的排列順序，反而利用中文的聲調調值比較其異同，也是為了讓讀者好學習。此外，在第二課還解釋越南語句子的成分、句法的結構，讓讀者從此可以從單一詞語來造簡易的句子。

　　本書的發音教學還有一個特色，就是在每一拼音單元後，會利用一些有意思的詞語（這些詞語包含該單元出現過的語音音素）讓讀者練習發音，並且可以用那些有意思的詞語造簡單的句子，一個句子就是一個交際、一個溝通。當然，這些詞語不一定是每個人需要的，所以讀者可以按自己所需來記住、背熟自己喜歡、常用的詞彙、句子。學語言的最終目的即發音、用詞、造句，有了這些基本知識，便能運用並建造出一個正確的溝通橋樑。

本教材從第三課開始有簡單的會話，會話中出現的詞彙，也是從拼音內所出現的韻母開始學習，這是因為本教材以成人為教學對象，從文字來學拼音，所以這樣的安排能讓讀者看到句子就唸得出音來，而非一定要向老師或MP3模仿發音。

　　而貫穿本教材的會話內容，則是藉由6個人物之間發生的點滴，創造出來的生活用語。例如書中有一個人物是在台灣的越南留學生，還有一位是台灣人正在學習越南語，準備之後要去越南經商、遊學。這樣的鋪陳，使整本書有個脈絡，讓讀者覺得自己在看一本漫畫、小說、甚至是連續劇而非學越南語。但是話說回來，畢竟本教材還是一本越南語教科書，語法不可或缺，所以在每一課的會話之後，除了解釋該會話出現的生詞，也有相當大的篇幅用來做文法教學。至於每一個正課最後的練習，分成簡單的聽、說、讀、寫、翻譯等技能，為的是讓讀者練習前面所學到的詞彙與文法。而隨著每一課的主題，還有大量的補充單字，讓讀者可以選擇套用在不同的情境。

《實用越語輕鬆學》滿足所有學習者的需求

　　本教材共有22課，分成上、下二冊。書中的情境是設定在台灣的學校及辦公室、越南餐廳、書店、超級市場等地，可說是猶如將讀者從台灣帶到越南，身歷其境地學習，讓學習者對越南不會感到陌生。

除此之外，本教材還提供一些歌曲讓讀者學習，因為歌曲是語言中發音最正確的，而且含有豐富的文學意涵。書中從兒童歌曲到現代流行歌曲都有，藉由不同的曲風，讓大家認識越南的音樂，也是學習語言不錯的管道。但是因為歌詞的版權問題，本書只能提供一些兒歌或問世超過50年的公眾版權歌曲歌詞，實屬遺憾。但無論有無越南語歌詞，都會有其中文翻譯，讀者可以在網路上尋找歌曲，並對照其中文意思來學習。

希望本教材可以讓讀者很輕鬆、愉快地學會道地的越南語，如同書名：《實用越南語輕鬆學》。

本教材是筆者的處女作，因此還有很多不完美之處，希望四方讀者多多指教。

2017年1月

致　謝

　　暑假過去，又是一個新學年的開始，距離上次寫致謝詞已有五年之久了。原本以為第二次的致謝詞會寫在自己的博士論文上，結果不是。這份教材的問世很偶然，原本只是一份課堂上使用的講義，但是因為同學一句「老師為什麼不自己出書呢？」的激勵，讓我把自己多年來的教學講義整理出來，出版成書。

　　因此，首先我要謝謝我所有的學生們，從一開始在「貧乏物語」書店的家教學生，一直到社區大學、國立屏東科技大學、國立台南大學推廣教育中心、國立高雄第一科技大學、國立高雄大學、國立成功大學外語進修班、崑山科技大學等的學生。這些學生有的只學兩、三個月，有的已經學了近三年，彼此成為好友。無論時間長短，就是因為大家的參與，才讓我有機會依照台灣學生的學習習慣編撰越南語講義，進而集結成冊。因此，我將這書名取為《實用越語輕鬆學》，因為這本教材就是我和學生間輕鬆互動學習越南語的結晶。

　　再者，感謝成功大學讓我有一個舒適的研究室專心寫作，感謝我的指導老師鄭永常教授包容我，讓我可以不參加歷史專題的meeting，來寫與歷史博士班專業無關的越南語教學書籍。還要感謝台文系蔣為文教授教我許多有關越南語及台灣語言的語言學知識及兩者之間的比較。

　　而本書能如此順利出版，最大的功勞就是瑞蘭國際有限公司。當我提出出版書籍的想法時，他們不僅馬上同意，並且全力以赴張羅美編、插圖等事宜。最後我要感謝原四方報總編輯，也就是東南亞移民、移工眼中的張大俠，張正。張大哥知道我要出

版書就義不容辭幫我寫序，讓還沒認識我的朋友們可以經過張大哥的序文來認識我。還要感謝顏喬林醫師，也就是我第一次在成功大學當語言交換學生的夥伴，後來巧妙地成為我的學生，當我給他看初稿時，就答應幫我寫使用說明。

曾經在某個地方看到一句話說，一個人的人生最有意義的三件事，是種一棵樹、生一個孩子、寫一本書。原本是農家小孩的我從小就隨著父母種稻插秧，自己現在也是兩個孩子的母親，所以更應該做第三件事：寫一本自己的書。這是我第一本自己的書，請允許我將人生中最有意義的三件事之一獻給我的家人、我的父母、我的先生、我的小孩及所有疼愛我的人。

感謝大家！希望此教材對大家有所幫助。

陳氏青河

2017年1月

越南文字發展史

　　在越南歷史悠久的發展過程中，大部分的時間承受中華文化的影響。從公元前三世紀開始被納入中國郡縣制度的版圖，接受漢文化的同化政策，無論是儒家思想或漢字的使用，越南可以說是漢字文化圈的最佳典型。十世紀時，越南人努力爭取獨立，也成功成為一個獨立的王國，但是在政治、文化上仍向中國學習。從仕燮在公元二世紀把儒學傳入越南，到十五世紀時儒學成為越南朝廷的正統學門，甚至被稱為儒教。雖然越南人講的是越南語，但是文字使用一直是漢字；然而，因為很多人名或地名無法使用漢字表達正確的發音，因此出現了「喃字」，亦即借用漢字來寫出越南發音的文字。此種文字到十三世紀時，曾為越南的知識分子、作家用來創作詩歌，有些時代的執政者甚至曾經想要將其推動成為越南的國字，可惜這些執政者所執政的時間都不長，都沒有成功。直至二十世紀初，阮朝這個越南的最後一個王朝，仍以漢字作為官方的文字。

　　十七世紀時，越南境內出現一批紅毛藍眼的外國人，他們是天主教羅馬教廷所派來東亞傳教的傳教士。在越南傳教時，他們學習當地的語言，並以自己所習慣的羅馬字來記錄所聽到的聲音。在這些傳教士當中，有一位法國籍傳教士亞歷山大·得路（Alexandre de Rhodes），他於1624年首次到越南，後來在越南各地活動並用羅馬文字記錄下他學習越南語的種種。1645年得路被越南當局驅除出境，他帶著自己與同仁們的手稿回到羅馬，並在1651年在教廷傳信部的支持下，出版了一本越南文－葡萄牙文－拉丁文辭典，以及幾本使用拉丁文字記載越南語言的書籍，用來教授要出發去越

南傳教的傳教士們。這也是越南語羅馬字的問世。經過兩百多年在教會間的流傳，到二十世紀初，當法國完全殖民越南並想徹底地實施殖民教育時，越南語羅馬字才被推廣給教會以外的人。因為這種文字不會跟任何文字一樣且容易學習，於是越南新知識分子大力推廣，並稱之為「國語字－Chữ Quốc Ngữ」，也就是我們現在所學的現代越南語文。

因為越南語與漢字的淵源關係，有將近六成的越南語詞彙來自漢字，只不過發音有異；但是因為越南語使用羅馬字記音，所以看起來又像西方的語言。換句話說，越南語文是東方與西方的交會，但也保有自己的獨特性，是全世界獨一無二的文字。

如何使用本書

STEP 1
1～5課 ▶ 發音

— MP3序號

不論是發音、單字，還是句子，搭配MP3一起學習吧！

拼音練習

讀讀看！用單字練習剛學到的發音。

字母表&音素表

越南語字母及發音皆用表格清楚呈現，學得最快、記得最透徹！

簡單造句

練習完單字拼音，再唸唸看簡單的句子，發音更準確！

一 Hội thoại 會話

(一) Trong lớp học 在教室裡面

Chào các bạn, xin giới thiệu với các bạn,
đây là cô Hà, cô giáo dạy tiếng Việt.
大家好，讓大家介紹，這是阿賀師，教越語的老師。

Chào cô, chúng em là Lâm và Hải,
chúng em đều là sinh viên.
老師好，我們敝賀和阿海，我們都是學生。

Các em là người Việt Nam à?
你們是越南人嗎？

Không, chúng em là người
Đài Loan.
不，我們是台灣人。

Các em nói tiếng
Việt giỏi quá!
你們講越語好棒喔！

Cám ơn cô, chúng em
mới học một chút ạ!
謝謝老師，我們才學一點點。

會話

多元的主題情境，越中對照的生活會話，聽一聽、説一説，越語越説越溜！

二 Từ mới 生詞

đây 代 這（指示詞）	món 通 道（量詞單位詞）
cái 量 個、某個的單位詞	nào 疑 哪個
gì 疑 什麼	này 代 這（指定疑容詞）
kia 代 那（指定詞）	ngon 形 好吃
ăn 動 吃	nhỉ 嘆 喔、吧、呢
bánh mỳ 名 麵包	nhìn 動 看
bò 名 牛	phở 名 河粉
cũng 副 也	quá 形 太
đó 代 那（某、指定詞）	quyển 量 本
gọi 動 叫	từ điển 名 辭典
kẹp 動 夾	thế 疑 怎麼
máy tính 名 電腦	

生詞

讀一讀會話中出現的常用生詞、中文意思及詞性，輕鬆累積單字量！

二 Từ mới 生詞

tính 動 算	gửi 動 寄、存
tiền 名 錢	trả lại 動 找、還
ăn 動 吃	bao nhiêu 疑 多少
bánh mỳ 名 麵包	mấy 疑 幾
trứng 名 蛋	giảm giá 動 減價、打折
đĩa 名 盤	bớt 動 減、少
phở 名 河粉	chỉ... thôi 只…而已
xào 動 炒	phần trăm 名 百分比、%）
cốc 量 杯	đi 動 去、走
cà phê 名 咖啡	hiệu sách 名 書店
tất cả 名 全部	này 嘆 喂

三 Ngữ pháp 文法

(一) 數字（十位、百位、千位數字）

1. 十位數 = 數字 +（十）+ 數字

- mười một 11
- mười hai 12
- mười ba 13
- mười bốn 14
- mười lăm 15
- mười bảy 17
- mười tám 18
- mười chín 19
- hai mươi 20
- hai (mươi) mốt 21
- hai (mươi) tư / bốn 24
- hai (mươi) lăm / nhăm 25
- ba mươi 30

2. 百位數 = 數字 + 百

- một trăm 100
- một trăm linh / lẻ một 101

3. 千位數以上 = 數字 + 千

- một nghìn / ngàn 1,000
- một nghìn không trăm linh một 1,001
- mười nghìn / ngàn 10,000
- một trăm nghìn / ngàn 100,000

4. 六位數

- một triệu 1,000,000

文法

詳實的解説，搭配例句輔助，文法觀念快速吸收！

聽、說、讀、寫四種題型一應俱全，有效複習每課重點！

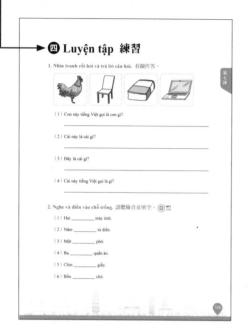

補充

學無止盡，正課教不完的觀念、單字，一次整理給您！

一起來學越南歌曲

學完正課，休息一下吧！作者嚴選越南好歌，並親自翻譯歌詞，邀您一起欣賞越南文化之美！

STEP 3

附　錄

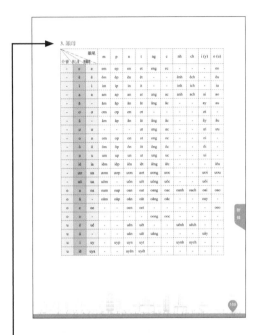

華越對照的詞彙索引

依中文字首筆劃排序，單字輕鬆查！

越南語音素一覽表

複習發音規則的好幫手！

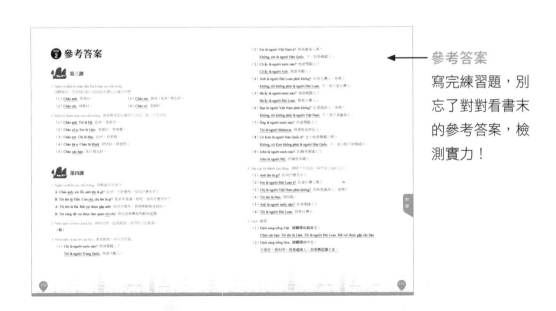

參考答案

寫完練習題，別忘了對對看書末的參考答案，檢測實力！

目　次

第一課　Kết cấu từ và loại từ trong tiếng Việt
越南語文字的「拼音結構」與「詞性」

第二課　Thanh mẫu, vận mẫu, thanh điệu
越南語中的聲母、韻母與聲調

主要登場人物

Mai
梅
（越南留學生）

Hà
河
（越南語老師）

Phong
豐
（公司經理）

Lâm
霖
（台灣大學生）

Hải
海
（台灣大學生）

Minh
明
（越南留學生）

Bài 1

Kết cấu từ và loại từ trong tiếng Việt

第一課：越南語文字的「拼音結構」與「詞性」

一 Kết cấu từ trong tiếng Việt 越南語文字的拼音結構

　　越南語文字系統是採用「羅馬字系統」來表音，每一個不同的字母代表一個不同的音，因此要背熟越南單字就要先知道該字的發音，從此才可熟悉該字的發音方式，同時也熟悉該字的寫法。

　　越南語文字是單音節的字語，並屬孤立、不變型字的語言，語音最小的單位是音素。音素不同，意思就不同。音素的概念是語音學裡面的最小可分隔單位。在象形文字裡沒有這個概念，只有表音的文字系統才有。不過越南語文與西方國家的語文有些不同，不同之處在於字的音節和聲調。越南語的音素包括：「聲母」、「韻母」與「聲調」。

音素　→　音節（字）　→　詞　→　組合詞　→　句

音節拼音結構

音素2：聲母（initial）	音素1：聲調（tone）		
	音素3：韻母（rhyme）		
	介音（glide）	核心音（vowel）	尾音（coda）

（一）聲母

1. 聲母就是一個音節的開始。

2. 聲母通常都是一個字前面的子音，不過有些字沒有子音聲母。

3. 聲母決定該字發音的開始。

 （二）韻母

1. 越南語的「韻母」可以是一個單獨的母音，也可以由「介音」、「母音」（核心音）與「尾音」（子音或母音）組合而成。

2. 「韻母」是音節最重要的部分，「韻母」決定該音節在發音時的嘴型。

3. 「尾音」就是放在該字最後面的字母（母音或子音），所有的母音都可以與尾音結合，音節的尾音是子音時，該子音皆不發音，只需把聲音停在該子音的發音位置。

 （三）聲調

聲調決定該字的音調高低，每個聲調由一個符號代表，在書寫時聲調會放在該字中的母音上或下方。

⬛二 Từ Hán Việt 漢越詞

　　越南語有許多來自漢字的詞彙，同樣一個漢字，除了越南語及華語的發音不相同外，還使用不同的系統來標記該音的發音。這種由漢字來的詞語稱為「漢越詞」。

　　漢越詞的發音與華語或台語雷同，但因為使用不同的標記發音系統，所以造成不同的寫法。越南語使用「羅馬字」來標記發音，由於發音亦是文字，因此文字與發音會吻合，而每一個由若干字母所組合起來的音節，都有不同的發音及寫法。

　　接下來來看看同一個漢字，在越南語及華語中發音的差異，例如「伴」：

伴

越南語音節分析

音節：BẠN		
聲母：B	聲調：.	
	韻母：AN	
	介音：-	核心音：A	尾音：N

華語音節分析

音節：ㄅㄢˋ		
聲母：ㄅ	韻母：ㄢ	聲調：ˋ

「BẠN」這個詞是單一個音節，其中/B/是聲母，放在母音的前面，也是該音節發音的開始。/AN/則是韻母，由母音/A/與子音韻尾/N/結合起來，也是這個字的重點。此韻母沒有介音。至於/‧/則是聲調。

接著，聲母改變，唸法與寫法及中文意思也跟著改變，例如「難」：

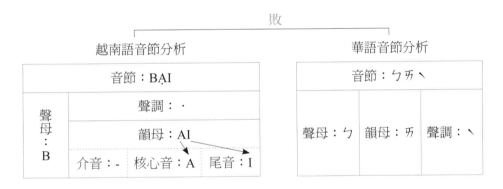

接著，韻母改變，唸法與寫法及中文意思也會改變，例如「敗」：

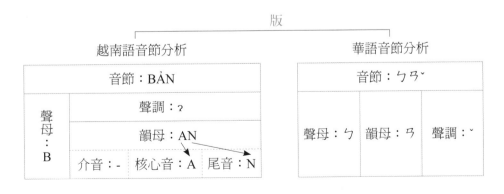

接著，聲調改變，唸法與寫法及中文意思也跟著改變，例如「版」：

由此可見，越南語的音素很重要，要學會越南語不僅要會字母，也要會每個字母組合成的音素，也就是「聲母」、「韻母」與「聲調」。學習越南語和學習英文的方法不同，要從這些音素拼音而成的越南的音節單字或詞彙，並非單純以英文字母來背誦，所以要掌握好聲母、韻母與聲調的各種音素，才能事半功倍。

三 Các loại từ trong tiếng Việt
越南語的詞性

 （一）動詞

　　動詞是用來說明或表示各類動作的詞彙。越語句子中，除了形容詞作為謂語的句子之外，基本上每個完整的句子都有一個動詞。以語法的作用，動詞可分為「一般動詞」和「特殊動詞」，而一般動詞又分為「及物動詞」與「不及物動詞」；「特殊動詞」則包括「趨向動詞」、「助動詞」、「連綴動詞」等。以意義區分的話，又可分為「活動動詞」、「存現動詞」、「情態動詞」、「使令動詞」、「趨向動詞」、「感官動詞」、「判斷動詞」等。

1. 一般動詞

　　（1）及物動詞：指主語針對一個客體的動作，因此需要一個受詞。例如：

- học 學、ăn 吃、đánh 打
- Chúng tôi <u>học</u> tiếng Việt. 我們學越語。

　　（2）不及物動詞：指主語的自我狀態或活動，因此不需要加受詞。例如：

- ngồi 坐著、đứng 站著、ngủ 睡覺、ngáp 打哈欠
- Em bé <u>ngủ</u>. 小朋友睡覺。

2. 趨向動詞

　　趨向動詞表示動作的趨向，亦屬於不及物動詞，可以直接當做謂語，如果後面要加補語，通常是地點的名詞，或加方位詞之後再加名詞。例如：

- đến 來、đi 去、vào 進、ra 出、lên 上、xuống 下
- Tôi <u>đi</u> Việt Nam. 我去越南。
- Tôi <u>lên</u> trên tầng hai. 我上二樓。

3. 特殊動詞

（1）特殊動詞「có」：用來指主語本身對於客體的存在或所有。例如：

- Trường Đại học Thành Công có nhiều cây xanh. 成功大學有很多綠樹。

（2）特殊動詞「là」：用來介紹、評語主語的屬性，其補語可以叫做主語補語，並且只能是名詞或名詞組合詞。例如：

- Đây là mẹ em. 這是我媽媽。

- Việt Nam là quê hương tôi. 越南是我的故鄉。

4. 助動詞「bị」和「được」

用在被動句，表示其主語的動作、狀態由外在、客體所帶來。例如：

- Nó bị cúm. 她感冒了。

- Tôi được cô giáo khen. 我受到老師誇獎。

5. 連綴動詞

連綴動詞主要用來描述主語的狀態或性質，因此它的受詞也叫做主語補語。主語補語可能是名詞，可能是形容詞，會根據動詞的意思而使用名詞或形容詞。

（1）可加形容詞或子句的連綴動詞

- trông 看、trông có vẻ 看起來
- nghe 聽、nghe có vẻ 聽起來
- ngửi 聞、ngửi có vẻ 聞起來
- nếm 嘗、nếm có vẻ 嘗起來
- sờ 摸、sờ có vẻ 摸起來
- cảm thấy 感覺、trở nên 變成

（2）只能加名詞或子句的連綴動詞

- là 是、trở thành 成為

（二）名詞

　　名詞是指人、事、時、地、物、情感、概念等實體或抽象事物的詞彙。名詞可以是一個獨立的名詞，或是由多個名詞與形容詞結合而成的名詞組合詞。名詞組合詞的順序，通常跟中文順序顛倒。在短語或句子中，名詞通常可以用代名詞來替代。

1. 一般能接受「數詞」與「量詞」的修飾。例如：

　　· một quyển sách　一本書

　　· ba cái áo　三件衣服

2. 一般可以與「介詞」組成「介賓結構」（「介賓短語」不能當作主語）。例如：

　　· trong lớp　教室裡面

　　· ở Hà Nội　在河內

3. 句子中的名詞通常當作「主語」和「賓語」，也可以當作「定語」。例如：

　　· Học sinh học tiếng Việt.　學生學越南語。

4. 專有名詞：指人名、地名等。在句子中，專有名詞通常大寫。例如：

　　· Tôi ở Đài Nam.　我在台南。

　　· Tôi học ở trường Thành Công.　我在成大讀書。

（三）形容詞

　　形容詞用來修飾「名詞」或「名詞性短語所組成的名詞組合詞」，多表示性質、狀態、屬性、描述、顏色等含義。形容詞可以直接當謂語，也可以有副詞在前面修飾。例如：

・Phở rất <u>ngon</u>. 河粉很好吃。

・Bài hát <u>hay</u>. 歌曲好聽。

 （四）代名詞

　　代名詞用來代替名詞、動詞、形容詞，讓句中不再重複使用同一個詞彙。例如：

・Nam không ở trong lớp. <u>Bạn ấy</u> đi lên thư viện lấy tài liệu.

　阿南不在教室裡。他去圖書館拿資料。

 （五）疑問代名詞

　　疑問代名詞用於疑問句，用來提出問題。一般疑問句帶有疑問詞，並以問號結尾。例如：

・ai　誰、cái gì　什麼、đâu　哪裡、tại sao　為什麼

・như thế nào　怎樣、làm sao　怎麼

・bao nhiêu　多少、bao xa　多遠、bao lâu　多久

（六）數詞

數詞指的是名詞的數量或順序。例如：

· thứ nhất 第一、một 一、hai 二

 ## （七）量詞

量詞指的是名詞的多寡。例如：

· những 一些、mấy 幾、các 各

 ## （八）指示詞

指示詞是為了確定名詞所在的空間或時間。例如：

· đây 這、ấy / đấy 那

 ## （九）連接詞、介詞

連接詞用來連接子句之間的關係，或句與句的關係；而介詞用來表示句中所出現各個詞性之間的關係。例如：

· và 和、với 跟、hay 或、hoặc 或者、nhưng 但是、
  mà 而、thì 就、của 的、ở 在

· quyển vở của tôi 我的筆記本

  （của：的。是連接詞，表示兩者之間的所有關係。）

· Quyển sách để ở trong cặp. 書本放在書包裡面

  （ở：在。是介詞，表示地點。）

 （十）副詞

副詞用來修飾動詞或形容詞。例如：

・đã 已經、rất 很、cũng 也、lắm 太、đừng 別、được 可以

 （十一）其他

其他詞性例如「語助詞」或「驚嘆詞」，多用於口語，表示說話者的情緒或態度。有的可以放句首，有的放在句尾。例如：

・a 啊、ái 唉、ơ 哦、này 喂、ơi 喂、à 嗎、hử 哈、đi 吧

Bài 2

Thanh mẫu, vận mẫu, thanh điệu

第二課：越南語中的聲母、韻母與聲調

Bảng chữ cái tiếng Việt
越南語字母表

Aa	Ăă	Ââ	Bb	Cc	Dd	Đđ	Ee	Êê	Gg
Hh	Ii	Kk	Ll	Mm	Nn	Oo	Ôô	Ơơ	Pp
Qq	Rr	Ss	Tt	Uu	Ưư	Vv	Xx	Yy	

　　越南的文字共有29個字母，分別為母音（元音）與子音（輔音）。其中有12個字母可以作為「單母音」或結合成「雙母音」，而子音的部分則共有16個「單子音」和若干的字母結合成11個「複子音」。現代越南語以河內音當作標準音，河內音有6個聲調。越南各地方的腔調，差別就在於「聲調」與「韻母」。

㊁ Nguyên âm 母音

所謂的母音，就是當聲音發出時，氣流直接從喉嚨送出，沒有碰到任何的部位阻礙，只有嘴形有變動的聲音。每一個變動代表一個不同的母音，越南語裡面有12個「單母音」與3組「雙母音」。母音是越南語的最重要因素，一個字可以沒有子音，但是不能沒有母音。

在這些母音當中，有的可以直接當作「韻母」，有的則需要帶著韻尾才可以當成韻母，那就是「短母音」。越南語有2個短母音，分別是「Ă ă」和「 â」。另外還有2個寫法不同、但是發音完全相同的字母，就是「I i」 和「Y y」，但它們在書寫的時候會有不同的規則，請見後面解釋規則。所以越南語的單母音有12個字但只有11個音，其中只有10個字9個音可以直接當韻母。

9個母音韻母的發音圖

MP3
002

嘴形＼舌位	前	中	後
高	i (y) [i]	ư [ɯ]	u [u]
中	ê [e]	ơ [ə:]	ô [o]
低	e [ɛ]	a [ɑ:]	o [ɔ]

12個母音字母

MP3
002

序	母音	發音重點	例
1	A a [ɑ:]	母音，可以單獨作為一個韻母或與其他尾音結合為韻母。發音時下巴拉到最下面，嘴巴張開到最大，發出類似注音「ㄚ」的音。	ba 三
2	Ă ă [ɑ]	短母音，不會單獨存在為韻母，一定要與尾音結合才能成為韻母，但是要單獨發音時，可以發出類似注音「ㄚˊ」的音。	năm 年、五
3	Â â [ə]	短母音，不會單獨存在為韻母，一定要與尾音結合才能成為韻母，但是要單獨發音時，可以發出類似注音的「ㄜˊ」的音。	sâm 人參
4	E e [ɛ]	母音，可以單獨作為一個韻母或與其他尾音結合為韻母。發音時下巴拉到最下面，嘴角往後，沒有類似的注音。	nghe 聽
5	Ê ê [e]	母音，可以單獨作為一個韻母或與其他尾音結合為韻母。發音時下巴拉到中間位置，嘴角往後，發出類似注音「ㄝ」的音。	lê 梨
6	I i (Y y) [i]	母音，可以單獨作為一個韻母或與其他尾音結合為韻母。發音時下巴位置不動，嘴角往後，發出類似注音「ㄧ」的音。	kí 簽
7	O o [ɔ]	母音，可以單獨作為一個韻母或與其他尾音結合為韻母。發音時下巴拉到最下面，嘴巴往前嘟出成圓形，沒有類似的注音。	khó 難
8	Ô ô [o]	母音，可以單獨作為一個韻母或與其他尾音結合為韻母。發音時下巴拉到中間位置，嘴巴往前嘟出，發出類似注音「ㄛ」的音。	ngô 玉米
9	Ơ ơ [ə:]	母音，可以單獨作為一個韻母或與其他尾音結合為韻母。發音時下巴拉到中間位置，嘴巴放平，發出類似注音「ㄜ」的音。	mơ 夢
10	U u [u]	母音，可以單獨作為一個韻母或與其他尾音結合為韻母。發音時下巴位置不動，嘴巴往前嘟出，發出類似注音「ㄨ」的音。	ngu 笨
11	Ư ư [ɯ]	母音，可以單獨作為一個韻母或與其他尾音結合為韻母。發音時下巴位置不動，嘴巴放平直接發出聲音，沒有類似的注音。	hư 不乖

三 Phụ âm 子音

子音的發音結構與母音不同之處，在於當子音聲音發出時，氣流從喉嚨送出來，會卡在不同的位置，或有不同的發音方式。每一種發音方式和阻礙位置的不同，會造成不同的子音。越南語有16個「單子音」與11個「複子音」，不過有一些子音寫法不同但發音相同，所以總共有27個字23個音的子音，全部都能放在字頭當「聲母」；另外有些子音亦可以放在字的最後，當做音節的結尾，稱為「子音韻尾」或「尾音」。在子音當中，只有8個子音（5個單子音、3個複子音）能與母音結合為韻母，並且放在母音的後面當子音韻尾。

子音的發音方式與位置（按位置排列）

MP3 003

方式 ＼ 位置		嘴唇	上齒齦	上齒背	舌面	舌根	喉
塞音	清音	p [p]	t [t]	tr [ʈʂ]或[t]	ch [c]或[tɕ]	c; k; q [k]	
	送氣音		th [tʰ]				
	濁音	b [ɓ]	đ [d]		d [ɟ]		
擦音	清音	ph [f]	x [s]	s [ʂ]		kh [x]	h [h]
	濁音	v [v]	gi [z]	r [z]或[ʐ]		g; gh [ɣ]	
鼻音		m [m]	n [n]		nh [ɲ]	ng; ngh [ŋ]	
邊音			l [l]				

子音發音與書寫（按A至Z排列）

序	國際音標	子音書寫	適用位置與發音重點	例
1	[ɓ]	b	只能用於子音聲母（字頭），是個濁音，發音位置與注音「ㄅ」相同，但是發音的時候，要出力使聲帶有明顯的震動。	ba 三
2	[k]	c	「c」可用於子音聲母及子音韻尾。當用於子音聲母時，不會與前母音/i/、/ê/、/e/結合。發音位置與注音「ㄍ」相同。	cá 魚 các 各
		k	「k」只能用於子音聲母，且只能與前母音/i/、/ê/、/e/結合，發音位置與注音「ㄍ」相同，但為了與「c」區別，可以發音成「ㄍㄚ」。	kí 簽
	[ku]	qu	「q」只能用於子音聲母，發音位置與注音「ㄍ」相同，但它只與介音「u」結合成為「qu」，因此可以視為一個複子音，發音會如同注音「ㄍㄨ一」。	quê 故鄉
3	[c] 或 [tɕ]	ch	可用於子音聲母及子音韻尾，發音位置與注音的「ㄗ」相同。	chị 姐姐
4	[ɟ]	d	只能用於子音聲母，發音位置與英文的「z」相同。	da 皮膚
5	[d]	đ	只能用於子音聲母，是個濁音，發音位置與注音「ㄉ」相同，但是發音的時候，要出力使聲帶有明顯的震動，並將舌頭頂住上齒背再收回。	đi 去
6	[ɣ]	g	「g」只能用於子音聲母，是個濁音，發音位置與注音「ㄍ」相同，但是發音的時候，要出力使聲帶有明顯的震動。	gà 雞
		gh	「gh」當g與前母音/i/、/ê/、/e/結合時，寫法要改變為「gh」，但發音唸法不變。	ghi 記
7	[z]	gi	只能用於子音聲母，發音位置與英文「j」相同。	già 老
8	[h]	h	只能用於子音聲母，發音位置與注音「ㄏ」相同。	hư 不乖
9	[x]	kh	只能用於子音聲母，發音位置與注音「ㄎ」相同。	khó 難
10	[l]	l	只能用於子音聲母，發音位置與注音「ㄌ」相同。	lê 梨

序	國際音標	子音書寫	適用位置與發音重點	例
11	[m]	m	可用於子音聲母及子音韻尾，發音位置與注音「ㄇ」相同。	mơ 夢 cơm 飯
12	[n]	n	可用於子音聲母及子音韻尾，發音位置與注音「ㄋ」相同。	no 飽 con 孩子
13	[ŋ]	ng	「ng」可用於子音聲母及子音韻尾，發音時，舌頭與上顎後方碰觸，因此嘴巴前區無碰觸。	ngô 玉米 ông 爺爺
		ngh	「ngh」這個子音，是當子音聲母「ng」與前母音/i/、/ê/、/e/結合時，寫法要改變為「ngh」，但發音唸法不變。	nghe 聽
14	[ɲ]	nh	可用於子音聲母及子音韻尾，發音時，舌頭要與上顎前方碰觸，因此嘴巴前區無碰觸，感覺上是舌邊與臼齒有碰觸。	nhà 家 anh 哥哥
15	[p]	p	可用於子音聲母及子音韻尾，但主要用於外來語的子音聲母。發音位置與注音「ㄅ」相同。	pin 電池 kịp 來得及
16	[f]	ph	只能用於子音聲母，發音位置與注音「ㄈ」相同。	phí 費
17	[z] 或 [ɹ]	r	只能用於子音聲母，發音位置與注音「ㄖ」相同。	rẻ 便宜
18	[ʂ]	s	只能用於子音聲母，發音位置與注音「ㄕ」相同。	sẽ 將會
19	[t]	t	可用於子音聲母及子音韻尾，發音位置與注音ㄉ相同。	từ 從 mứt 蜜餞
20	[tʰ]	th	只能用於子音聲母，發音位置與注音「ㄊ」相同。	thở 呼吸
21	[tʂ] 或 [t]	tr	只能用於子音聲母，發音位置與注音「ㄓ」相同。	tra 查
22	[v]	v	只能用於子音聲母，發音位置與英文「v」相同。	vẽ 畫
23	[s]	x	只能用於子音聲母，發音位置與注音「ㄙ」相同。	xa 遠

四 Các phụ âm dễ nhầm lẫn
容易混淆的子音

 （一）「有聲子音」及「無聲子音」容易混淆

　　由於在華語的注音裡面沒有「濁音聲母」（有聲子音），只有「清音聲母」（無聲子音），因此學習越南語發音時，大多數的同學很難分別「有聲子音」及「無聲子音」之差異，最容易搞混的，就是同一個發音位置，但卻是不同發音方式的子音，說明如下：

發音容易混淆的子音及解決方法

濁音 （有聲子音）	清音 （無聲子音）	容易混淆的地方 及解決方法
b [b]	p [p]	同一個發音位置，但發濁音的時候，要出力使聲帶有明顯的震動。
đ [d]	t [t]	同一個發音位置，但發濁音的時候，要出力使聲帶有明顯的震動。此外，這個濁音有些人會發成 l [l]。
d [ʝ]	ch [c]或[tɕ]	同一個發音位置，但發濁音的時候，要出力使聲帶有明顯的震動。
v [v]	ph [f]	同一個發音位置，但發濁音的時候，要出力使聲帶有明顯的震動。除此之外，ph [f]是一個送氣的音。
g(gh) [ɣ]	c; k; q [k]	同一個發音位置，但發濁音的時候，要出力使聲帶有明顯的震動。

（二）「捲舌音」和「不捲舌音」容易混淆

另外，由於越南的文字以河內音作為標準書寫，但是「河內」或越南「北部」的人在發音時比較不會捲舌，因此外國人學習越南語時，「捲舌音」跟「不捲舌音」也容易混淆不清。

「捲舌音」和「不捲舌音」

捲舌音	不捲舌音	越南「北部人」發音趨向
r [z]或[ɹ]； gi [z]	d [ɹ]	北部人發音趨向為不捲舌音，因此在日常生活中比較難分辨，初學者在背單字時，請切記其書寫用字。
s [ʂ]	x [s]	北部人發音趨向為不捲舌音，因此在日常生活中比較難分辨，初學者在背單字時，請切記其書寫用字。
tr [tʂ]或[t]	ch [c]或[tɕ]	北部人發音趨向為不捲舌音，因此在日常生活中比較難分辨，初學者在背單字時，請切記其書寫用字。

五 Các quy tắc đặc biệt giữa âm và chữ 文字與發音之例外規則

1. 當「g」和「ng」遇到後面的3個前母音/i/、/ê/、/e/時「g」和「ng」要加上「h」，變成「gh」和「ngh」，但發音完全不變。例如：

- ghế gỗ 木椅
- ghi chép 紀錄
- ngành nghề 職業
- ghê gớm 兇悍
- nghĩ ngợi 考慮
- nghe ngóng 打聽

2. 另外子音/c/、/k/、/q/發音一樣，但是寫法也有區別的。子音/c/、/k/、/q/發音相同，但是會與不同的字結合。像是/k/的後面，只能跟前母音/i/、/ê/、/e/結合。而/q/的後面，一定要跟/u/在一起成為複子音/qu/。前母音之外的其他母音，都可以與/c/結合。例如：

- cá quả 雷魚
- quê cô 老師的故鄉
- kem ký 冰淇淋

3. 母音/i/和/y/的發音完全一樣，但是若是該字有「聲母」在前面，後面通常都要寫/i/。而在一個字裡面沒有「子音聲母」、後面也沒有「子音韻尾」時，/i/要寫成/y/，雙母音/iê/也要寫成/yê/。另外，當/i/前面有介音/u/時，也要寫成/y/，唸法不變。例如：

- ghi nhớ 記住
- im lặng 安靜
- y tá 護士
- đi đâu 去哪
- trạng nguyên 狀元
- yêu nhau 相愛

六 Thanh điệu 聲調

　　越南語與華語一樣，都是多聲調的語言，每個音節有自己的聲調。越南語聲調之不同，在於音節高低之不同，而在書寫方面，除了第一聲（平聲），每一個聲調都有自己的一個符號。聲調的符號，會放在該音節中的母音的上面或下面。如果一個音節裡面有很多母音，通常都會標在核心音，如果該音節有尾音，它就被標在尾音的前一個母音的上面或下面。每一個音節只有一個聲調，如果會有其他符號，請別以為那是聲調的符號，它可能只是母音的符號。

越南語與華語「聲調調值」之比較

越南語聲調名稱	平聲(1)	銳聲(2)		問聲(3)	玄聲(4)	重聲(5)		跌聲(6)
		其他韻母	p/ t/ c/ch 結尾			其他韻母	p/ t/ c/ch 結尾	
越南語調值	33	35	5.	313	21	1.	1.	435
符號	無	／	／	ʔ	＼	.	.	～
越南語範例	a	á	áp	ả	à	ạ	ạp	ã
華語聲調	1	2		3	4	5		
北京華語調值	55	35		214	51			
台灣華語調值	44	212		31	53			
注音符號	無	ˊ		ˇ	ˋ	.		
漢字範例	媽	麻		馬	罵	嗎		

七 Luyện tập phát âm 拼音練習

 （一）單字 ◉ MP3 006

- bố 爸爸
- có 有
- chó 狗
- dì 阿姨
- đi 走、去
- gà 雞
- gì 什麼
- hư 不乖

- ki bo 小氣
- khỉ 猴子
- là 是
- mẹ 媽媽
- no 飽
- nghe 聽
- nhà 家
- phở 河粉

- quà 禮物
- ra 出去
- sợ 害怕
- tu 修行
- thư 書信
- trẻ 年輕
- về 回
- xa 遠

 （二）簡單造句

- Mẹ về nhà. 媽媽回家。
- Gà sợ chó. 雞怕狗。
- Dì ki bo. 阿姨小氣。

- Bố có thư. 爸爸有信。
- Chó hư. 狗不乖。

八 Các thành phần chính trong câu tiếng Việt
越南語句子的成分

 （一）CHỦ NGỮ 主語

「主語」是句子的一個部分，作為句中的主體，可以是「人」、「事」、「物」，它用來回答「誰？」、「什麼？」的「問題」。

主語通常是「名詞」或「代名詞」，但是「動詞」或「形容詞」有時候也可以當作主語，在這時候，動詞或形容詞被視為一個名詞。主語可能是「一個詞」、「一個組合詞」、或「一個子句」。

 （二）VỊ NGỮ 謂語

「謂語」是句中的第二部分，來說明主語的「活動」、「狀態」、「性質」、「特點」。謂語用來回答：「做什麼？」、「如何？」、「是什麼？」這些問題。

謂語通常是「動詞」或「形容詞」。謂語可能是「一個詞」、「一個組合詞」、或「一個子句」。

 （三）ĐỊNH NGỮ 定語

「定語」是越南文句子中的一個附屬部分，用以「補充名詞的意思」。定語通常是「形容詞」或是一個「名詞」，可以是「一個詞」、「一個組合詞」、或「一個子句」。

（四）BỔ NGỮ 補語

「補語」是越南文句子中的一個附屬部分，用以「補充動詞或形容詞的意思」，以此造成一個「組合動詞」或「組合形容詞」。

 （五）TRẠNG NGỮ 狀語

「狀語」是越南文句子中的一個附屬部分，用以「補充全句的意思」，狀語通常是指「時間」、「地點」、「目的」、「方式」，說明句中的「時間」、「地點」、「原因」、「目的」、「結果」、「方式」。狀語可以是「一個詞」、一個「組合詞」、或「一個子句」。

例1：Tôi học tiếng Việt. 我學越語。

　　　Tôi：代名詞當主語

　　　học tiếng Việt：動詞短語當謂語

　　　tiếng Việt：名詞組合詞，是動詞「học」的補語

例2：Tiếng Việt rất khó. 越語很難。

　　　Tiếng Việt：名詞短語當主語

　　　rất khó：形容詞短語當謂語

　　　rất：副詞，修飾形容詞「khó」

例3：Hôm nay chúng tôi ăn phở bò rất ngon. 今天我們吃很好吃的牛肉河粉。

　　　Hôm nay：狀語，表示時間（時間副詞）

　　　chúng tôi：人稱代名詞當主語

　　　ăn phở bò rất ngon：動詞短語當謂語

　　　phở bò rất ngon：名詞短語當動詞的補語

　　　bò rất ngon：名詞與形容詞當名詞的定語

Bài 3

Sự kết hợp giữa nguyên âm và âm cuối tạo thành vần

第三課：母音與韻尾造成韻母

越南語的音節由「聲母」、「韻母」、「聲調」三個音素組合而成。韻母可以是一個單獨的母音，也可以由介音、母音（核心音）與韻尾（尾音）組合而成。韻母是音節最重要的部分，會決定發音的嘴型。所有的母音都可以與韻尾結合，越南的子音韻尾不發音，只需把聲音停在該字母的發音位置。

因為 m [m]、n [n]、ng [ŋ]、nh [ɲ] 都屬於鼻音的子音，而 p [p]、t [t]、c [k]、ch [tɕ] 是它們同位置的塞音，所以雖然有8個子音韻尾，但是嘴巴只停在4個位置，造成4組嘴型，而每一組又分為「一般音」及「短促音」。其中「一般音」由母音與鼻音子音組成，「促音」由母音及塞音子音組成。

韻母的拼音結構由「母音」（核心音）開始，結束在「韻尾」的位置。例如「am」的韻母的發音方式是由母音「a」的嘴型開始，然後結束在「m」的位置，也就是雙唇合在一起的位置。至於「ap」的韻母，也結束在同樣的位置，但是因為「p」是塞音子音，因此很快結束且力道比較大，所以此類別的韻母叫做「短促音」。

韻母的位置，有以下幾種情況：

- m [m]、p [p]：嘴型由母音決定，發音結束時，雙嘴唇是合在一起的。
- n [n]、t [t]：嘴型由母音決定，發音結束時，舌尖是彈到上牙齒的。
- ng [ŋ]、c [k]：嘴型由母音決定，發音結束時，舌頭是往後，且嘴巴是張開的（後母音例外）。
- nh [ɲ]、ch [tɕ]：嘴型由母音決定，發音結束時，舌邊是碰到上臼齒，且嘴唇是不碰在一起，嘴角往後拉的。

半母音韻尾[j]和[w]會因為母音的高低或長短而用不同的字母來寫，如果是[j]韻尾，跟一般母音結合會寫「i」，例如：oi，而跟短母音結合則會寫「y」，例如：ây。另外，[w]韻尾跟一般或低母音結合會寫「o」，例如：ao，而跟短母音或高母音結合會寫「u」，例如：êu。嘴型也會隨著不同的字母而有所改變。

一 Nguyên âm trước kết hợp với âm cuối 前母音與韻尾

前母音與韻尾表

MP3 007

韻尾 / 母音	m [m]	p [p]	n [n]	t [t]	ng [ŋ]	c [k]	nh [ɲ]	ch [tɕ]	i (y) [j]	o (u) [w]
e	em	ep	en	et	eng	ec	-	-	-	eo
ê	êm	êp	ên	êt	-	-	ênh	êch	-	êu
i	im	ip	in	it	-	-	inh	ich	-	iu

 Luyện tập phát âm 拼音練習

1. 單字 MP3 008

- **em** 弟、妹、學生的稱呼
- **đẹp** 漂亮
- **đen** 黑
- **két** 保險箱
- **kẻng** 鐵鐘
- **séc** 支票
- **kẹo** 糖果

- **đêm** 深夜
- **bếp** 廚房
- **đến** 到、來
- **Tết** 春節
- **bệnh** 疾病
- **ếch** 青蛙
- **thêu** 繡

- **im** 安靜、閉嘴
- **kịp** 來得及
- **xin** 請求、討
- **thịt** 肉
- **xinh** 可愛、漂亮
- **thích** 喜歡
- **chịu** 承受

2. 簡單造句

- **Em tên là gì?** 妳叫什麼名字？
- **Em tên là Minh.** 我叫明。
- **Em thích thịt gà.** 我喜歡雞肉。

Nguyên âm giữa kết hợp với âm cuối 中母音與韻尾

中母音與韻尾表

MP3 009

韻尾 / 母音	m [m]	p [p]	n [n]	t [t]	ng [ŋ]	c [k]	nh [ɲ]	ch [tɕ]	i (y) [j]	o (u) [w]
a	am	ap	an	at	ang	ac	anh	ach	ai	ao
ă	ăm	ăp	ăn	ăt	ăng	ăc	-	-	ay*	au*
ơ	ơm	ơp	ơn	ơt	-	-	-	-	ơi	-
â	âm	âp	ân	ât	âng	âc	-	-	ây	âu
ư	-	-	-	ưt	ưng	ưc	-	-	ưi	ưu

＊此短母音上的符號不見了，所以有些作者會將它們列在「a」的母音。但它們的發音方式是「ă」，因此本教材會放在「ă」的位置。

 Luyện tập phát âm 拼音練習 MP3 010

1. 單字

- làm 做
- đáp án 答案
- bán 賣
- bát 碗
- tháng 月

- bác gái 伯母
- anh trai 親哥哥
- cách mạng 革命
- ai 誰
- chào 打招呼

- năm 年、五
- sắp xếp 安排、排列
- ăn 吃
- đắt 貴
- canh măng 竹筍湯

- Đài Bắc 台北
- ngày mai 明天
- cháu 孫子、孫女
- cơm 飯
- lớp 教室、班級
- cám ơn 謝謝
- ớt cay 辣椒

- trời ơi 天啊
- ấm 溫暖
- chấp hành 執行
- ân cần 殷勤
- rất 很
- vâng lời 聽話
- nấc 打嗝

- đây 這
- nấu 煮
- vứt 丟棄
- nhưng 但是
- sức lực 力氣
- ngửi 聞
- nghỉ hưu 退休

2. 簡單造句

- Chào các bạn. Đây là cô Hà. 大家好，這是河老師。
- Đây là chị gái tớ, chị ấy bán cơm. 這是我姊姊，她賣飯。
- Em thích ăn canh măng với ớt cay. 我喜歡吃竹筍湯加辣椒。

三 Nguyên âm sau kết hợp với âm cuối 後母音與韻尾

後母音與韻尾表

MP3 011

韻尾 母音	m [m]	p [p]	n [n]	t [t]	ng [ŋ]	c [k]	nh [ɲ]	ch [tɕ]	i (y) [j]	o (u) [w]
o	om	op	on	ot	ong	oc	-	-	oi	-
ô	ôm	ôp	ôn	ôt	ông	ôc	-	-	ôi	-
u	um	up	un	ut	ung	uc	-	-	ui	-

後母音「o」、「ô」、「u」遇到韻尾ng[ŋ] 和c[k]時，會有「嘴唇化」的現象。也就是說，本來這ng[ŋ] 和c[k]兩個韻尾的嘴唇位置會分開，但是遇到後母音時嘴唇就會合在一起，但又因為氣流還沒有送出來，因此還會含在嘴巴裡。所以它的發音方式是合嘴，含氣。

Luyện tập phát âm 拼音練習

1. 單字 MP3 012

- hòm 木箱
- họp 開會
- ngon 好吃
- ngọt 甜
- xong 完成
- học 學
- nói 說、講

- hôm nay 今天
- hộp 盒子
- khôn 聰明
- một 一
- không 零、不、沒
- độc 毒、獨
- tôi 我

- tôm hùm 龍蝦
- súp lơ 花椰菜
- áo thun 棉衣
- bút máy 鋼筆
- Cao Hùng 高雄
- chúc mừng 祝賀
- vui vẻ 快樂

2. 簡單造句

- Hôm nay không phải đi học, nên chúng tôi đi chơi. 今天不用上課，所以我們去玩。
- Chúng tôi đi Cao Hùng ăn tôm hùm. 我們去高雄吃龍蝦。
- Tôm hùm ngon nhưng đắt. 龍蝦好吃但是貴。

四 Hội thoại 會話

 （一）**Chào các em** 問候 MP3 013

 Chào các em.
各位同學好。

 Chào bạn, tôi là Mai.
妳好。我是梅。

  Chào cô ạ.
老師好。

 Chào bạn, tôi là Minh.
你好。我是明。

 Chào chị, em là Hải.
姊姊好，我是海。

 Chào giám đốc, tôi là Lâm.
經理好，我是霖。

 Chào em, chị là Hà.
弟弟好，我是河。

 Chào anh, tôi là Phong.
你好，我是豐。

 Chào các bạn, tôi về nhé.
大家好，我先走囉。

  Vâng, cô về cẩn thận ạ!
好的，老師請慢走！

 Tạm biệt giám đốc.
經理再見。

 Chào anh, hẹn gặp lại.
你好，後會有期。

第三課

（二）**Từ mới** 生詞 MP3 014

chào 動 打招呼

các 副 各

em 名 弟弟、妹妹、學生

cô 名 女老師的稱謂、姑姑、小姐

ạ 嘆 放在句子最後，用來表示禮貌

bạn 名 朋友、伴

tôi 代 我

Mai 名 梅、玫（人名、人姓）

là 動 是

Minh 名 明（人名）

chị 名 姊姊、女士、前輩

Hải 名 海（人名）

giám đốc 名 經理

Lâm 名 林、霖（人名、人姓）

anh 名 哥哥、先生、前輩

Phong 名 豐、風、峰（人名）

Hà 名 河、何、荷（人名、人姓）

về 動 回去

vâng 嘆 是、是的

cẩn thận 形 小心、謹慎

nhé 嘆 囉，屬於「語氣詞」、「結尾語」

tạm biệt 片 再見、暫別

hẹn gặp lại 片 後會有期

（三）Ngữ pháp 文法

1. 稱呼代名詞

越南是一個非常重視輩分的國家，因此越南語的「稱呼代名詞」（又稱「人稱代名詞」）會因為對話人之間的關係而有所改變。越南語的稱呼代名詞，是直接採用「關係代詞」來稱呼，這個特點，與台灣或西方各國語言不同。

越南語的這些關係，包括了家族裡面的血緣關係和外面的社交關係。因此遇到對方時，在家族裡面一定先要確認對方與自己的關係，再來選用稱呼代名詞，否則會造成不少笑話。而在社交方面，因為越南人也習慣把對方當自己家人看待，因此也會比照家族關係的稱呼代名詞來稱呼，此時會按照雙方的年齡差距來選用適當的稱呼代名詞。

另外，有時由於兩方之間的關係，所以部分的代名詞可共用為「我」或「你」。例如：當「我」是 anh（哥哥），「你」是 em（弟弟），你叫我 anh，我也可以自稱 anh。見以下表格：

男生（單數）		女生（單數）	
第一人稱（我）	第二人稱（你）	第一人稱（我）	第二人稱（妳）
tôi 我	bạn 朋友 ông 先生 anh 大哥	tôi 我	bạn 朋友 bà 女士 chị 姊姊 cô 小姐
em 弟弟、學生	anh 哥哥 thầy 男老師	em 妹妹、學生	chị 姊姊 cô 女老師
anh 哥哥 thầy 男老師	em 弟弟、學生	chị 姊姊 cô 女老師	em 妹妹、學生

2.「chào」的用法

　　「chào」是打招呼用詞，越南語中只要使用此詞，再加上對方的稱謂，就可以表示自己對對方打招呼，使用時不需要分時間早晚。例如：

- Chào các em. 各位同學好。
- Chào bạn. 朋友好。
- Chào chị. 姊姊好。

3.「ạ」的用法

　　當完整的一句話加上「ạ」，且「ạ」放在最後面，則代表這是最有禮貌的句子，是晚輩對前輩或長輩們的答禮用語。例如：

- Chào cô ạ. 老師好。

4.「nhé」的用法

　　「nhé」要放在句尾，表示叮嚀、勸告，或告知對方自己即將進行的動作。用於祈使句或命令句。例如：

- Tôi về nhé. 我回去囉。

（四）Luyện tập 練習

1. Nghe và điền từ hoặc dấu thích hợp vào chỗ trống. MP3 015
   請聽錄音，然後寫出缺少的詞語或標出正確的符號。

   （1）Ch... anh. → _____

   （2）Chao ch... → _____

   （3）Chao ...   → _____

   （4）Chao ...   → _____

2. Luyện nói（角色扮演）：請與同學扮演不同的角色互相打招呼。

   （1）同學之間

   （2）學弟跟學長

   （3）新來的與女的前輩

   （4）學生跟老師

3. Điền từ thích hợp vào chỗ trống.
   請選擇適當的稱呼代名詞，填入下列空格。

   （1）Chào _____. Tôi là _____.

   （2）Chào _____. Em là _____.

   （3）Chào _____. Chị là _____.

   （4）Chào _____ ạ. Cháu là _____.

   （5）Chào _____.

五 Bổ sung 補充：
越南語「稱呼代名詞」對照表

越南是一個非常重視輩分的國家，因此越南語的「稱呼代名詞」（又稱「人稱代名詞」）會因為對話人之間的關係而有所改變，稱呼代名詞直接採用關係代詞來稱呼，「稱呼代名詞」用法詳見本課文法說明，詳細對照表整理如下。

 （一）單數

男生（單數）			女生（單數）		
第一人稱（我）	第二人稱（你）	第三人稱（他）	第一人稱（我）	第二人稱（妳）	第三人稱（她）
tôi	bạn ông anh	bạn ấy ông ấy anh ấy	tôi	bạn bà chị cô	bạn ấy bà ấy chị ấy cô ấy
em	anh thầy	anh ấy thầy ấy	em	chị cô	chị ấy cô ấy
anh thầy	em	em ấy nó	chị cô	em	em ấy nó
cháu	chú cậu bác ông	chú ấy cậu ấy bác ấy ông ấy	cháu	cô dì bác bà	cô ấy dì ấy bác ấy bà ấy
con	bố, ba		con	mẹ	
chú cậu bác ông	cháu	cháu ấy nó	cô dì bác bà	cháu	cháu ấy nó
bố	con	nó	mẹ	con	nó
tớ mình	bạn cậu	bạn ấy nó	tớ mình	bạn cậu	bạn ấy nó
tao	mày	nó	tao	mày	nó

備註：第三人稱的稱呼，是參照第一人稱（發言人）和其關係而成。

（二）複數

男生（複數）			女生（複數）		
第一人稱 （我們）	第二人稱 （你們）	第三人稱 （他們）	第一人稱 （我們）	第二人稱 （妳們）	第三人稱 （她們）
chúng tôi chúng ta	các bạn các ông các anh	các bạn ấy các ông ấy các anh ấy họ	chúng tôi	các bạn các bà các chị các cô	các bạn ấy các bà ấy các chị ấy các cô ấy họ
chúng cháu	các chú các cậu các bác các ông	các chú ấy các cậu ấy các bác ấy các ông ấy họ	chúng cháu	các cô các dì các bác các bà	các cô ấy các dì ấy các bác ấy các bà ấy họ
chúng con	bố, ba		chúng con	mẹ	
chúng em	các anh các thầy	các anh ấy các thầy ấy	chúng em	các chị các cô	các chị ấy các cô ấy
chúng anh	các em	các em ấy họ chúng nó	chị	các em	các em ấy họ chúng nó
các chú các cậu các bác các ông	các cháu	các cháu ấy họ chúng nó	các cô các dì các bác các bà	các cháu	các cháu ấy họ chúng nó
bố mẹ	các con	chúng nó	bố mẹ	các con	chúng nó
chúng tớ/ mình bọn tớ/ mình	các bạn	các bạn ấy chúng nó	chúng tớ/ mình bọn tớ/ mình	các bạn	các bạn ấy chúng nó
bọn tao	bọn mày	chúng nó	bọn tao	bọn mày	chúng nó

備註：第三人稱的稱呼，是參照第一人稱（發言人）和其關係而成。

第三課

（三）詞彙 MP3 015

1. anh：哥哥、先生、前輩、學長，或是稱呼比自己大1～20歲且沒有血緣關係的男性友人

2. ấy：加在第二人稱的稱呼代名詞後面，就變成第三人稱的稱呼代名詞

3. bà：奶奶、阿婆、女士，或是稱呼比自己大50歲以上且沒有血緣關係的女性

4. bác：伯父、伯母，或是稱呼比自己大30歲以上且沒有血緣關係的人

5. bạn：伴、朋友

6. bố：爸爸

7. các：各（稱呼對方的複數時使用）

8. cậu：舅舅、朋友（好友之間，但尚需尊重對方時使用）

9. cháu：孫子、孫女、侄子、姪女，或是稱呼比自己小於15歲以上且沒有血緣關係的人

10. chị：姊姊、大姐、小姐、女前輩、學姊，或是稱呼比自己大1～20歲且沒有血緣關係的女性友人

11. chú：叔叔，或是稱呼比自己大15～30歲且沒有血緣關係的男性

12. chúng ta：我們（包括聽話者在內）

13. chúng tôi：我們（不包括聽話者在內）

14. chúng：加在人稱代名詞前面，就變成多數（有「～們」的意思）

15. cô：姑姑、小姐、女老師的稱呼

16. con：孩子、兒子、女兒

17. dì：阿姨

18. em：弟弟、妹妹、學生

19. mày：你（好友之間或不需尊重禮數時使用）

20. mẹ：媽媽

21. nó：他、她、它（不需尊重禮數時使用）

22. ông：爺爺、老翁、先生，或是稱呼比自己大於50歲以上且沒有血緣關係的男性

23. tao：我（好友之間或不需尊重禮數時使用）

24. thầy：男老師

25. tớ, mình：我（好友之間，但尚需尊重對方時使用）

26. tôi：我（首次見面仍未建立關係或需要尊重禮數時使用）

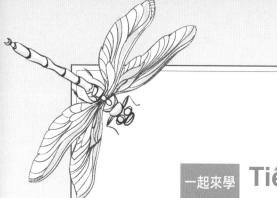

一起來學 越南歌曲 Tiếng Chào Theo Em

打招呼聲跟著我

詞曲：Hà Hải

Chào ông chào bà cháu đi học về.

爺爺奶奶好，我下課回來了。

Chào cha chào mẹ con đi chơi nhé.

爸爸媽媽好，我出去玩了。

Chào anh chào chị, chào cô chào thầy.

哥哥好，姊姊好，老師們大家好。

Em vào lớp học tiếng chào theo em.

我到學校，打招呼聲跟著我。

Em đi ra đường tiếng chào theo em.

我在街上，打招呼聲跟著我。

Bài 4

Sự kết hợp giữa nguyên âm đôi và âm cuối tạo thành vần

第四課：雙母音與韻尾造成韻母

➊ Nguyên âm đôi 雙母音的結構

越南語裡面有3個雙母音的組合，其形成模式，是每一組嘴型，分別從同一個舌頭位置（不同的下巴高度）由上往下拉：

嘴型＼舌位	前	中	後
高	i [i]	ư [ɯ]	u [u]
中	ê [e]	ơ [ə:]	ô [o]
低	e [ɛ]	a [ɑ:]	o [ɔ]

MP3 016

雖然每一個組合是同一個唸法，但是分成兩種不同的寫法，如下：

前雙母音/iê/，國際音標[ie]，有「ia」和「iê」兩種寫法。其中「ia」後面沒有加任何韻尾，而「iê」後面一定要加韻尾（母音或子音）。

[ie]

「ia」（後面無韻尾，寫法改變，唸法不變）

「iê」＋韻尾（唸法隨著韻尾的改變而改變）

中雙母音/ươ/，國際音標[ɯɤ]，寫法分別為「ưa」和「ươ」，規則同上。

[ɯɤ]

「ưa」（後面無韻尾，寫法改變，唸法不變）

「ươ」＋韻尾（唸法隨著韻尾的改變而改變）

後雙母音/uô/，國際音標[uo]，寫法分成「ua」和「uô」，規則同上。

$$[uo] \begin{cases} \text{「ua」（後面無韻尾，寫法改變，唸法不變）} \\ \\ \text{「uô」＋韻尾（唸法隨著韻尾的改變而改變）} \end{cases}$$

雙母音的韻母結合表

MP3 017

母音＼韻尾	無韻尾	m [m]	p [p]	n [n]	t [t]	ng [ŋ]	c [k]	i (y) [j]	o (u) [w]
iê	ia	iêm	iêp	iên	iêt	iêng	iêc	-	iêu
ươ	ưa	ươm	ươp	ươn	ươt	ương	ươc	ươi	ươu
uô	ua	uôm	-	uôn	uôt	uông	uôc	uôi	-

 Luyện tập phát âm 拼音練習 MP3 018

1. 單字

- bia 啤酒
- tìm kiếm 尋找
- tiếp kiến 接見
- tiền 錢
- Việt Nam 越南
- tiếng Việt 越南語
- việc 事情、工作
- yêu 愛
- bao nhiêu 多少

- mưa 下雨
- bướm 蝴蝶
- cướp 搶劫
- vườn 園子
- ướt 溼
- lương 薪水
- nước 水、國家
- người 人
- rượu 酒

- mua 買
- buồm 帆
- muốn 想要
- trong suốt 清澈、透明
- thuốc 藥
- uống 喝
- suối 泉、溪
- tuổi 年齡、歲

2. 簡單造句

- Tôi yêu tiếng Việt. 我愛越語。

- Tôi học tiếng Việt để kiếm việc. 我學越語為了找工作。

- Người Việt Nam thích bia rượu. 越南人喜歡啤酒、酒。

- Hôm nay tôi không muốn uống rượu, tôi muốn uống nước suối.
  今天我不想喝酒，我想喝礦泉水。

- Bạn bao nhiêu tuổi? 你多少歲？

二 Hội thoại 會話

 （一）**Tôi là người Việt Nam.** 我是越南人。 MP3 019

Chào anh, xin lỗi, anh là ai?
你好，不好意思，你是誰？

Tôi là Tiến. Còn chị, chị tên là gì?
我是進。妳呢？妳叫什麼名字？

Tôi tên là Hà.
我的名字是河。

Chào chị Hà, chị là người nước nào?
河小姐妳好，妳是哪國人？

Tôi là người Việt Nam, còn anh?
我是越南人，你呢？

Tôi là người Đài Loan, đang học tiếng Việt.
我是台灣人，正在學越南話。

Rất vui được gặp anh!
很高興見到你！

Tôi cũng rất vui được làm quen với chị!
我也很高興可以認識妳！

Tạm biệt anh.
再見。

Chào chị, hẹn gặp lại.
再見，後會有期。

第四課

 **（二）Từ mới 生詞** MP3 020

xin lỗi 片 不好意思、對不起

là 動 是

tên 名 名字

gì 疑 什麼

tôi 代 我

chị 代 姊姊

Tiến 名 進（人名）

người 名 人

nước 名 國

nào 疑 哪

Việt Nam 名 越南

Đài Loan 名 台灣

đang 副 正在

học 動 學

tiếng 名 語言、聲音

rất 副 很

vui 形 高興

được 動 能夠、可以

gặp 動 見

cũng 副 也

làm quen 動 認識

với 副 跟、和

tạm biệt 片 再見

hẹn 動 約

lại 副 再

（三）Ngữ pháp 文法

1. 越南語的疑問代名詞

（1）ai?（誰？）

可以用於主格或受格，回答時，要用「人的名詞」。例如：

・Anh là <u>ai</u>? 你是誰？

→Tôi là giáo viên tiếng Việt. 我是越語老師。

（2）gì?（什麼？）

可以用於主格或受格，回答時，要用「事、物的名詞」。例如：

・Anh tên là <u>gì</u>? 你叫什麼名字？

→Tôi tên là Minh. 我的名字是明。

（3）名詞 + nào?（哪一個？）

放在名詞的後面，用來請問對方的選擇，可用於主格及受格。回答時可用
一個明確的名詞，或是選用前面所提出的名詞中的其中一個。例如：

・Chị là người nước <u>nào</u>? 你是哪國人？

→Tôi là người Việt Nam. 我是越南人。

2. 請問對方「名字」與「國籍」

（1）問名字

[問句] 主語 + tên là gì (ạ) ?

[回答] 主語 + tên là + 名字.

・Chị <u>tên là gì</u>? 你名字是什麼？

→Tôi <u>tên là</u> Hà. 我名字是河。

（2）問國籍

問句 主語 + là người nước nào?

回答 主語 + là người + 國名.

或

問句 主語 + là người + 國名 + phải không? / à?

回答 肯定：Vâng, 主語 + là người + 國名.

否定：Không, 主語 + không phải là người + 國名.

· Em <u>là người</u> Việt Nam <u>à</u>? 你是越南人嗎？

→<u>Vâng</u>, em <u>là người</u> Việt Nam. 是，我是越南人。

→<u>Không</u>, em <u>không phải là người</u> Việt Nam. 不，我不是越南人。

 （四）**Luyện tập** 練習

1. Nghe và điền vào chỗ trống. 請聽錄音並填空。 MP3 021

A: Chào _____, xin lỗi, anh _____ là gì?

B: Tôi tên _____ Tiến. Còn _____, chị tên là gì?

A: Tôi tên là Hà. Rất _____ được gặp anh!

B: Tôi cũng rất vui được làm quen _____ chị!

2. Nhìn ảnh rồi hỏi và trả lời. 請與同學一起看國旗，再問對方的國籍。

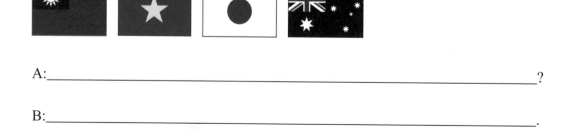

A:_____?

B:_____.

3. Nhìn ảnh và trả lời câu hỏi. 請看國旗，再回答問題。

（1）Chị là người nước nào?

_____

（2）Em là người Việt Nam à?

_____

（3）Cô ấy là người nước nào?

_____

（4）Anh là người Đài Loan phải không?

_____

（5）Bà ấy là người nước nào?

_____

（6）Bạn là người Việt Nam phải không?

_____

（7）Ông là người nước nào?

_____

（8）Cô Kim là người Hàn Quốc à?

_____

（9）John là người nước nào?

_____

4. Sắp xếp từ thành câu đúng. 請將下列詞語，排列成正確的句子。

（1）gì / tên / anh / là

_____

（2）em / Đài Loan / người / là / à

_____

（3）Việt Nam / chị / không / phải / người / là

_____

（4）tên / Mai / tôi / là

_____

（5）nào / nước / người / anh / là

_____

（6）tôi / người / là / Đài Loan

_____

5. Dịch 翻譯

（1）Dịch sang tiếng Việt. 請翻譯成越南文。

大家好，我叫霖。我是台灣人。很高興認識大家。

_____

（2）Dịch sang tiếng Hoa. 請翻譯成中文。

Chào các bạn. Tôi tên là Hà. Tôi là người Việt Nam. Rất vui được gặp các bạn.

_____

三 Bổ sung 補充：常見國名 🔘 MP3 021

1. Trung Quốc 中國

2. Trung Hoa Dân Quốc 中華民國

3. Nhật Bản 日本

4. Ca-na-đa (Canada) 加拿大

5. Đài Loan 台灣

6. In-đô-nê-xi-a (Indonesia) 印尼

7. Ấn Độ 印度

8. Tây Ban Nha 西班牙

9. Bờ-ru-nây (Brunei) 汶萊

10. Pháp 法國

11. Nga 俄羅斯

12. Nam Phi 南非

13. Xinh-ga-po (Singapore) 新加坡

14. Cam-pu-chia (Cambodia) 柬埔寨

15. Mỹ 美國

16. Anh 英國

17. Thái Lan 泰國

18. Niu Di-lân (New Zealand) 紐西蘭

19. Ma-lai-xi-a (Malaysia) 馬來西亞

20. Hà Lan 荷蘭

21. Triều Tiên 北韓（朝鮮）

22. Phi-líp-pin (Philippines) 菲律賓

23. Việt Nam 越南

24. Ý (Italy) 義大利

25. Bồ Đào Nha 葡萄牙

26. Mông Cổ 蒙古

27. Lào 寮國

28. Đức 德國

29. Miến Điện / Mi-an-ma (Myanmar) 緬甸

30. Châu Úc / Ốt-trây-li-a (Australia) 澳洲

31. Hàn Quốc 韓國

MEMO

Bài 5

Sự kết hợp giữa âm đầu và vần

第五課：介音與韻母的結合

一 Sự kết hợp giữa âm đầu và vần
介音與韻母的結合

　　「介音」是介於「聲母」與「主要母音」之間、帶有「子音」傾向的「高母音」。介音亦稱為「韻頭」、「韻首」。國際音標[w]在越南語的介音中，會書寫成「o」或「u」，書寫成不同的字時，發音也會跟著不同，且發音時會使嘴型從「圓嘴」開始。

　　介音[w]會與韻母結合成比較複雜的韻母。書寫成「o」的介音所結合的韻母唸法相同；但是與子音聲母[k]結合時，字母要寫「u」，[k]要寫「q」，例如[kwa]的音要寫「qua」。而與其他子音聲母結合時還是一樣寫成「o」或「u」。

　　「介音與韻母的結合」表格如下：

介音與韻母的結合

介音+核心音		韻尾	m [m]	p [p]	n [n]	t [t]	ng [ŋ]	c [k]	nh [n]	ch [tɕ]	i(y) [j]	o(u) [w]
o	a	oa	oam	oap	oan	oat	oang	oac	oanh	oach	oai	oao
o	ă	-	oăm	oăp	oăn	oăt	oăng	oăc	-	-	oay	-
o	e	oe	-	-	oen	oet	-	-	-	-	-	oeo
u	ê	uê	-	-	uên	uêt	-	-	uênh	uêch	-	-
u	â	-	-	-	uân	uât	uâng	-	-	-	uây	-
u	i	uy	-	uyp	uyn	uyt	-	-	uynh	uych	-	uyu
u	iê	uya	-	-	uyên	uyêt	-	-	-	-	-	-

Luyện tập phát âm 拼音練習 MP3 023

1. 單字

- hoa 花
- ngoạm 咬
- ngoáp 缺氧、打哈欠
- Đài Loan 台灣
- dứt khoát 乾脆
- Hoàng 黃（姓氏）
- nói khoác 吹牛
- kinh doanh 經營
- kế hoạch 計畫
- oai phong 威風
- ngoáo ộp 鬼臉
- sâu hoắm 很深
- co quắp 彎縮
- tóc xoăn 捲髮
- thoăn thoắt 動作很快

- liến thoắng 講話很快
- hoặc là 或者
- loay hoay 不知所措
- khỏe 健康
- hoen ố 汙點
- quen 認識、熟悉
- ngoằn ngoèo 彎曲
- thuê 租賃
- quên 忘記
- va quẹt 擦撞
- tuềnh toàng 邋遢（穿著）
- khuếch đại 擴大
- huân chương 勳章
- bất khuất 不屈服
- bâng khuâng 惘然

- khuây khỏa 放鬆
- huy hoàng 輝煌
- ống tuýp 管子
- màn tuyn 蚊帳
- xe buýt 巴士
- phụ huynh 家長
- huỳnh huỵch 腳步聲很重
- đêm khuya 深夜
- Nguyễn 阮（姓氏）
- nguyệt thực 月蝕
- chuyện 故事
- quyền 權
- quỵt tiền 賴帳
- xuề xòa 平易、不計較

2. 簡單造句

- Việt Nam có nhiều người họ Nguyễn. 越南有很多人姓阮。
- Tôi thích nghe chuyện đêm khuya. 我喜歡聽《深夜故事》。
- Hôm nay có nguyệt thực. 今天有月蝕。
- Người kinh doanh không thích người ăn quỵt. 經營者不喜歡吃霸王餐的人。

第五課

二 Hội thoại 會話

（一）**Chị có khỏe không? 你身體好嗎？**

1. Ở sân trường 在學校廣場 MP3 024

Chào Mai, khỏe không?
嗨，小梅，你好嗎？

Chào Minh, mình vẫn vậy. Còn cậu, dạo này thế nào?
嗨，阿明，我還是老樣子，你呢？最近如何？

Mình cũng bình thường.
我也差不多。

2. Ở phòng làm việc 在辦公室 MP3 025

Chào chị. Chị có khỏe không?
姊姊好。姊姊身體好嗎？

Cám ơn em, chị khỏe, còn em?
謝謝弟弟，我很好，你呢？

Em hơi mệt ạ.
我有點累。

3. Trên hành lang 在走廊   MP3 026

Em chào cô ạ.
老師好。

Chào em, dạo này thế nào?
同學好，最近如何？

Em vẫn bình thường, cô có khỏe không ạ?
我還是老樣子，老師好嗎？

Cám ơn em, cô vẫn vậy.
謝謝你，我也一樣。

4. Trong lớp học 在教室裡   MP3 027

Chào các bạn, xin giới thiệu với các bạn,
đây là Nguyễn Thị Minh Nguyệt,
bạn ấy là sinh viên mới.
大家好，跟大家介紹，這是阮氏明月，
她是新來的學生。

Chào các bạn, tôi là Minh Nguyệt,
tôi mới đến Đài Loan,
mong các bạn giúp đỡ.
大家好，我是明月，我剛來台灣，
請大家多多指教。

Chào Minh Nguyệt, hoan nghênh bạn đến với lớp chúng tôi.
明月好，歡迎妳來到我們班。

（二）**Từ mới** 生詞 MP3 028

có 動 有

xin 動 請、讓、拜託、求、討

khỏe 形 健康

giới thiệu 動 介紹

không 副 不、沒有、否定用語，放在句尾時表示「疑問」

đây 代 這

hơi 副 有點

Nguyễn Thị Minh Nguyệt 名 阮氏明月

mệt 形 累

bạn ấy 代 他、她

còn 動 還有，當它的後面加名詞、代名詞並加問號時，則用來反問，表示「……呢？」

sinh viên 名 大學生

cám ơn 片 謝謝

mới 形 副 新的、剛剛

dạo này 片 這陣子

đến 動 來

thế nào 疑 如何

Đài Loan 名 台灣

vẫn 副 還

mong 動 希望

bình thường 形 普通、通常、平常

giúp đỡ 動 幫忙、協助

vẫn vậy 片 跟往常一樣

hoan nghênh 動 歡迎

chúng tôi 代 我們

（三）Ngữ pháp 文法

1. 稱呼代名詞（續）

（1）第三人稱代名詞

　　越南語的「稱呼代名詞」（又稱「稱謂詞」），會因為對話人之間的關係而有所改變，稱呼代名詞直接採用關係代名詞來稱呼。在稱呼第三人的時候，只要看他在第二人稱是如何稱呼，在後面加上一個「ấy」即可。但如果第三人稱屬於物品或不需要尊重的人物，可以統稱為「nó」。

男生（單數）			女生（單數）		
第一人稱 （我）	第二人稱 （你）	第三人稱 （他）	第一人稱 （我）	第二人稱 （妳）	第三人稱 （她）
Tôi 我	Bạn 朋友 Ông 先生 Anh 哥哥	Bạn ấy 那位朋友 Ông ấy 那位先生 Anh ấy 那位哥哥	Tôi 我	Bạn 朋友 Bà 女士 Chị 姊姊 Cô 小姐	Bạn ấy 那位朋友 Bà ấy 那位女士 Chị ấy 那位姊姊 Cô ấy 那位小姐
Em 弟弟	Anh 哥哥 Thầy 男老師	Anh ấy 那位朋友 Thầy ấy 那位老師	Em 妹妹	Chị 姐姐 Cô 女老師	Chị ấy 那位姊姊 Cô ấy 那位老師
Anh 哥哥 Thầy 男老師	Em 弟弟	Em ấy 那位弟弟 Nó 他、它	Chị 姊姊 Cô 女老師	Em 妹妹	Em ấy 那位妹妹 Nó 她、它

第五課

（2）複數人稱代名詞

越南語的複數人稱代名詞，也會因為第一人稱、第二人稱及第三人稱的不同，要在人稱代名詞之前加上不同的詞。最常見是第一人稱加「chúng」，第二人稱或輩分比較高的第一人稱加「các」，第三人稱與單數一樣，由第二人稱加「ấy」，或統稱為「họ」。比較親密關係或通俗的用法，還可以加「bọn」在前面表示複數。

男生（複數）			女生（複數）		
第一人稱 （我們）	第二人稱 （你們）	第三人稱 （他們）	第一人稱 （我們）	第二人稱 （妳們）	第三人稱 （她們）
Chúng tôi 我們（不包括聽話者在內） Chúng ta 我們（包括聽話者在內）	Các bạn 各位朋友 Các ông 各位先生 Các anh 各位哥哥	Các bạn ấy 那些朋友們 Các ông ấy 那些先生們 Các anh ấy 那些哥哥們 Họ 他們	Chúng tôi 我們（不包括聽話者在內） Chúng ta 我們（包括聽話者在內）	Các bạn 各位朋友 Các bà 各位女士 Các chị 各位姐姐 Các cô 各位小姐	Các bạn ấy 那些朋友們 Các bà ấy 那些女士們 Các chị ấy 那些姊姊們 Các cô ấy 那些小姐們 Họ 她們
Chúng em 弟弟們	Các anh 哥哥們 Các thầy 老師們	Các anh ấy 那些哥哥們 Các thầy ấy 那些老師們	Chúng em 妹妹們	Các chị 姊姊們 Các cô 老師們	Các chị ấy 那些姊姊們 Các cô ấy 那些老師們
Các anh 哥哥們	Các em 弟弟們	Các em ấy 那些弟弟們 Họ 他們 Chúng nó 他們	Các chị 姊姊們	Các em 妹妹們	Các em ấy 那些妹妹們 Họ 她們 Chúng nó 她們

2. 越南語的句型

越南語的句型＝主語＋形容詞謂語（就是所謂形容詞當主語補語的「謂語」）

（1）肯定句 主語＋形容詞.

・Chị khỏe. 姊姊好。（身體健康）

（2）否定句 主語＋không＋形容詞.

・Chị không khỏe. 姊姊不好。

（3）疑問句 主語＋có＋形容詞＋không?

・Chị có khỏe không? 姊姊好不好？

回答 基本上，這種句子沒有絕對的肯定或否定，而是選擇適當的形容詞來回答。

（4）從「否定」到「肯定」，方法如下：

主語＋không＋形容詞 → 主語＋không＋形容詞 lắm → 主語＋bình thường → 主語＋hơi＋形容詞 → 主語＋形容詞 → 主語＋rất＋形容詞

3. 疑問詞「thế nào?」（如何、怎麼樣？）

用於詢問主格的性質、狀態。回答時使用一個形容詞。例如：

・Tiếng Việt thế nào? 越語如何？

→Tiếng Việt rất khó. 越語很難。

4. 問候語

`問句` 主語 + **có khỏe không?**

（主語 + 好不好 / 健康嗎？）

`回答` 主語 + **khỏe / không khỏe lắm / bình thường / vẫn vậy / rất khỏe.**

（主語 + 好 / 不太好 / 普通 / 一如以往 / 很好。）

・Chị <u>có khỏe không?</u> 姊姊好嗎？

→Chị <u>khỏe</u>, cảm ơn em. 姊姊好，謝謝你。

・Em <u>có khỏe không?</u> 你好嗎？

→Cám ơn chị, em <u>vẫn vậy</u>. 謝謝你，我還是老樣子。

至於比較熟悉的人之間，可以用「**dạo này thế nào?**」（最近如何），而回答時，則可以選擇自己的現況或運用上列例句答覆。

（四）Luyện tập 練習

1. Nghe và điền vào chỗ trống. 請聽錄音並填空。

A: Chào Hải.

B: Chào Mai, dạo này _____?

A: Cám ơn, mình _____ vậy, còn _____ thế nào?

B: Mình dạo này _____ mệt.

2. Chọn từ thích hợp và điền vào chỗ trống.
請在（　　）內選擇適當的詞語填入空格。

（1）Đây _____ anh Nam. （là / không / khỏe）

（2）Anh có khỏe _____? （có / không / mệt）

（3）Xin giới thiệu _____ các bạn, đây là cô Hà. （với / và / có）

（4）Rất vui được gặp _____. （anh / không / giúp đỡ）

（5）Em _____ bình thường. （vẫn / vậy / em）

3. Luyện nói: Chào hỏi 口語訓練：打招呼與問候

（1）兩人初次見面

（2）同學在長假後見面

（3）離職之後的老同事

（4）老師與學生第一天上課

4. Sắp xếp từ thành câu đúng. 請將下列詞語排列成正確的句子。

（1）thế / nào / dạo / này / bạn

_____

（2）khỏe / không / anh / có

_____

（3）cám ơn / mệt / chị / hơi

_____

（4）tôi / đến / mới / Đài Loan / giúp đỡ / mong / các bạn

_____

5. Dịch 翻譯

（1）Dịch sang tiếng Việt. 請翻譯成越南文。

大家好。我是明。我是越南人。我剛來台灣。請大家多多指教。

_____

_____

（2）Dịch sang tiếng Hoa. 請翻譯成中文。

Chào các bạn. Tôi là Lâm. Tôi là người Đài Loan. Tôi mới đến Việt Nam. Tôi hơi mệt. Mong các bạn giúp đỡ.

_____

_____

三 Bổ sung 補充：越南文輸入法

（一）安裝

・電腦需要輔助軟體：Unikey

・請在搜尋網站下載軟體，下載之後再解壓，執行安裝。

・http://unikey.org

　　安裝在電腦後即可使用，打開後，螢幕右下角會出現「V」字，如果出現的是「E」字，就代表越文輸入法已經變成英文輸入法。這個軟體有很多種輸入法，但最常用的是「TELEX輸入法」，這也是軟體原本設定的輸入法。

　　有的智慧型手機已有內建越南文輸入法，有的則沒有。如果有內建，可以直接拉出來使用，如果沒有，就要下載App。最常用的App是「Laban Key」或「Vietkey」。輸入法一樣選用「TELEX」。

第五課

（二）TELEX輸入法

TELEX輸入法的按鍵設定如下表：

鍵鈕	聲調的符號
	第一聲，平聲，沒有符號
s	第二聲，銳聲：（／）sắc as＝á
r	第三聲，問聲：（？）hỏi ar＝ả
f	第四聲，玄聲：（＼）huyền af＝à
j	第五聲，重聲：（·）nặng aj＝ạ
x	第六聲，跌聲：（～）ngã ax＝ã
z	刪除已打的聲調符號　例如：toansz＝toan
w	ă / ư / ơ的符號: aw＝ă,　w / uw＝ư, ow＝ơ 只打w就自動變成 ư
aa	aa＝â
dd	dd＝đ
ee	ee＝ê
oo	oo＝ô
[	快速打ư
]	快速打 ơ

 （三）練習

tieengs Vieetj＝tiếng Việt

dduowngf＝đường

Bài 6

Anh làm nghề gì?

第六課：你做什麼職業？

Hội thoại 會話

 （一）Trong lớp học 在教室裡面 MP3 030

Chào các bạn, xin giới thiệu với các bạn, đây là cô Hà, cô giáo dạy tiếng Việt.
大家好，跟大家介紹，這是河老師，教越語的老師。

Chào cô, chúng em là Lâm và Hải, chúng em đều là sinh viên.
老師好，我們是霖和海，我們都是學生。

Các em là người Việt Nam à?
你們是越南人嗎？

Không, chúng em là người Đài Loan.
不，我們是台灣人。

Các em nói tiếng Việt giỏi quá!
你們講越語好棒喔！

Cám ơn cô, chúng em mới học một chút ạ!
謝謝老師，我們才學一點點。

（二）**Tại văn phòng** 在辦公室 MP3 031

 Chào giám đốc, tôi là nhân viên mới.
經理好，我是新來的職員。

 Chào anh, anh tên là gì?
你好，你叫什麼名字？

 Tôi tên là Minh.
我叫明。

 Anh là người Việt Nam

phải không?

你是越南人，是嗎？

 Dạ vâng, tôi là người Việt Nam, hiện đang học

nghiên cứu sinh tại Đài Loan.

是的，我是越南人，目前正在台灣讀研究所。

 Trước đây anh làm nghề gì?
你之前做什麼職業？

 Trước đây tôi là kế toán.
我之前是會計。

第六課

二 Từ mới 生詞

MP3
032

cô giáo 名 女老師

dạy 動 教

đều 副 都

được 動 可以、能夠

giỏi 形 棒、厲害

nghiên cứu sinh 名 研究生

tại 副 在、在於

trước đây 副 之前

học 動 學

một chút 片 一點點

nói 動 說

nhân viên 名 職員、上班族

hiện 副 現在、目前

làm 動 做

nghề 名 職業

kế toán 名 會計

三 **Ngữ pháp** 文法

 （一）越南語的句型：主語 + 謂語（là + 名詞）

1. 肯定句 主語 + là + 名詞.

   ・Tôi <u>là</u> sinh viên. 我是學生。

2. 否定句 主語 + không phải + là + 名詞.

   ・Tôi <u>không phải là</u> sinh viên. 我不是學生。

3. 疑問句 主語 + có phải là + 名詞 + không? 或是

   主語 + là + 名詞 + phải không?

   ・Anh <u>có phải là</u> Minh <u>không</u>? 你是明哥嗎？ 或是

   Anh <u>là</u> Minh <u>phải không</u>? 你是明哥，是嗎？

4. 疑問句的答句：

   肯定回答 Vâng / phải / ừ + 句子（肯定句）.

   否定回答 Không, + 句子（否定句）.

5. 使用疑問詞的疑問句：主語 + là + 疑問詞?

   ・Anh <u>là</u> ai? 你是誰？

 （二）疑問代名詞

1. 「**à?**」（嗎？）

   用於「是否問題」，固定都放在句尾。回答時以自己狀況，選擇用「肯定」或「否定」句子來回答。例如：

   ・Anh học tiếng Việt <u>à</u>? 你學越語嗎？

   →Không, tôi không học tiếng Việt. 不，我不學越語。

   →Vâng, tôi học tiếng Việt. 是，我學越語。

2. 「phải không?」（是嗎？）

　　　用於「是否問題」，固定都放在句尾。回答時以自己狀況，選擇用「肯定」或「否定」句子來回答。例如：

・Anh ăn cơm phải không? 你吃飯，是嗎？

→Không, tôi không ăn cơm, tôi ăn phở. 不，我不吃飯，我吃河粉。

→Vâng, tôi ăn cơm. 是，我吃飯。

> ☆在肯定句的回答時，除了可以用「Vâng」，也可以用「Phải」或「Ừ」
> 來回答。「Vâng」是用於禮貌或下對上的對話，「Phải」、「Ừ」則用
> 於朋友、平輩之間或上對下的對話。

 （三）問職業

　　問別人的職業，可運用以下二種句型。

1. 問句 主語 + làm nghề gì?

　回答 主語 + là + 職業名稱.

・Chị làm nghề gì? 妳做什麼職業？

→Tôi là giáo viên. 我是老師。

2. 問句 主語 + là + 職業名稱 + à / phải không?

　回答 （肯定）Vâng, 主語 + là + 職業名稱.

　　　　（否定）Không, 主語 + không phải là + 職業名稱.

・Em là sinh viên phải không? 你是學生嗎？

→Vâng, em là sinh viên. 是，我是學生。

→Không, em không phải là sinh viên, em là công nhân. 不，我不是學生，我是工人。

四 Luyện tập 練習

1. Hoàn thành hội thoại. 請完成下列對話。

A: _____

B: Chào anh.

A: _____

B: Tôi tên là Mai.

A: Chị làm nghề gì?

B: _____

A: _____

B: Tôi cũng rất vui được làm quen với anh.

2. Trả lời câu hỏi. 請回答問題。

（1）Chị tên là gì?

_____

（2）Em dạo này thế nào?

_____

（3）Anh là người Đài Loan à?

_____

（4）Cô ấy là sinh viên mới phải không?

_____

3. Nghe và điền vào chỗ trống. 請聽錄音並填空。 MP3 033

（1）Tôi là _____ Việt Nam.

（2）Anh ấy không _____ là người Đài Loan.

（3）Tôi _____ sinh viên.

（4）Chị có _____ không?

（5）Anh _____ nghề gì?

4. Sắp xếp từ thành câu đúng. 請將下列詞語排列成正確的句子。

（1）chị / giáo viên / là / phải / không

_____

（2）cô ấy / là / không / phải / giáo viên

_____

（3）chúng em / sinh viên / đều / là

_____

（4）các bạn / đều / à / sinh viên / là

_____

（5）họ / không / người / phải / là / Trung Quốc

_____

5. Dịch　翻譯

（1）Dịch sang tiếng Việt.　請翻譯成越南文。

我叫阿明。我是新來的職員。我之前是會計師。請大家多多指教。

_____

_____

（2）Dịch sang tiếng Hoa.　請翻譯成中文。

Chào các bạn. Tôi tên là Hà, tôi là người Việt Nam. Tôi là giáo viên. Tôi cũng là nghiên cứu sinh.

_____

_____

五 Bổ sung 補充：
常見職業、職務名稱

1. bác sỹ 醫生
2. ca sĩ 歌手
3. cảnh sát 警察
4. công chức 公務員
5. công nhân 工人
6. kiến trúc sư 建築師
7. kỹ sư 工程師
8. luật sư 律師
9. nội trợ 家庭主婦
10. nông dân 農民
11. nghiên cứu sinh 研究生
12. nhà báo 記者
13. nhà tạo mẫu 造型師
14. nhà văn 作家
15. nhạc sĩ 作曲家
16. nhân viên 上班族
17. ông chủ 老闆
18. người phục vụ 服務生

19. diễn viên 演員
20. giám đốc 經理
21. giáo viên 老師
22. học sinh 學生
23. kế toán 會計師
24. sinh viên 大學生
25. tiếp viên hàng không 空服員
26. tổng thống 總統
27. thị trưởng 市長
28. thợ dệt 紡織工
29. thợ điện 水電工
30. thợ may 縫紉工
31. thợ máy 技工、黑手
32. thợ mộc 木工
33. thợ xây 建築工
34. thương nhân 商人
35. y tá, hộ lý 護士

Bài 7

Đây là cái gì?

第七課：這是什麼？

Hội thoại 會話

（一）Tại quán ăn Việt Nam 在越南餐廳 MP3 034

 Cô ơi, đây là cái gì?
老師，這是什麼？

 À, đây là bánh mỳ kẹp thịt.
喔，這是麵包夾肉。

 Còn kia, kia là cái gì?
那個呢？那是什麼？

 Đó là phở bò. Em thích ăn món nào?
那是牛肉河粉。你喜歡哪一道呢？

 Nhìn ngon quá nhỉ! Em muốn mua hai cái bánh mì và một bát phở bò.
看起來好好吃喔！我想買兩條麵包和一碗河粉。

（二）**Trong văn phòng** 在辦公室裡 MP3 035

 Anh Minh ơi, cái này tiếng Việt gọi là gì ạ?
明哥，這個越南語叫做什麼？

 Cái này tiếng Việt gọi là cái máy tính.
這個越南語叫做cái máy tính（電腦）。

 Vậy còn cái này?
那這個呢？

 Đó là quyển từ điển.
那是quyển từ điển（辭典）。

 Em muốn mua một cái máy tính,
một quyển từ điển Việt Hoa.
我想買一台電腦，一本越華辭典。

二 Từ mới 生詞

 MP3 036

đây 代 這（指定詞）

cái 量 個（東西的單位詞）

gì 疑 什麼

kia 代 形 那（指定詞）

ăn 動 吃

bánh mỳ 名 麵包

bò 名 牛

cũng 副 也

đó 代 形 那（指定詞）

gọi 動 叫

kẹp 動 夾

máy tính 名 電腦

món 名 道（菜的單位詞）

nào 疑 哪個

này 形 這（指定形容詞）

ngon 形 好吃

nhỉ 嘆 喔、吧、呢

nhìn 動 看

phở 名 河粉

quá 嘆 太

quyển 量 本

từ điển 名 辭典

thế 嘆 那麼

Ngữ pháp 文法

 （一）數字 MP3 037

- không 0
- ba 3
- sáu 6
- chín 9
- một 1
- bốn 4
- bảy 7
- mười 10
- hai 2
- năm 5
- tám 8

（二）指定代名詞

1. 「đây」（這）：代表人、事、物就在說話者的身邊。例如：

   - <u>Đây</u> là bánh mỳ. 這是麵包。

2. 「kia」（那）：代表人、事、物離說話者有些距離，但是還看得見。例如：

   - <u>Kia</u> là phở bò. 那是牛肉河粉。

3. 「đấy / đó」（那）：代表人、事、物離說話者有些距離，或不在場，但是已經
   被說話者和聽話者知道、確定過的某一個人、事、物。例如：

   - <u>Kia</u> là cái gì? 那是什麼？

   →<u>Đó</u> là quyển từ điển Hoa Việt. 那是華越辭典。

   ☆「đây / kia / đấy / đó」（這 / 那）：「指示代名詞」，指某個人、事、
   物。使用時，動詞都是用「là」（是），後面的名詞是「主語補語」，
   名詞前面需要加「單位詞」。例如：

   - <u>Đây là</u> cái gì? 這是什麼東西？

   →<u>Đây là</u> quyển sách. 這是書。

 **（三）單位詞**

越南語的「單位詞」或在中文叫做「量詞」，在語言學的學術用語叫做「分類詞」（classifier），是用來區分不同事物的詞語。「分類詞」常常用於被計數或被指定的名詞前面（例如和「數詞」或「指示詞」連用的時候）。有時候，「單位詞」可以代替它所修飾的名詞，以免重複使用。例如：

· Tôi có ba cuốn sách. 我有三本書。

· Cuốn sách này đẹp. 這本書漂亮。

· Đây là cuốn sách hay. 這是有趣的書。

在第一句，「單位詞」cuốn的用法相當於一個「量詞」（本），其位置通常位在「數詞」和「名詞」的中間。

在第二句和第三句，「單位詞」cuốn前面未出現「數詞」，但是在它所修飾的名詞前面或後面出現「指定詞」，此時「單位詞」的作用是將名詞歸類在一個種類或代替前面所出現過的名詞。例如：

· quyển sách 書本

· cái ghế 椅子

· con gà 雞

當「單位詞」前面未出現「數詞」，它代表單一數量，如果要表示全體，則不需要加「單位詞」。例如：

· Tôi mua ba quyển sách. 我買三本書。

· Tôi mua quyển sách này. 我買這本書。

· Tôi thích đọc sách. 我喜歡看書。

「單位詞」使用表如下：

名詞屬性	單位詞	例如	
東西	cái 個 chiếc 支	cái ghế 椅子 cái bút 筆 cái bàn 桌子	
動物	con 隻、頭、尾	con chó 狗 con gà 雞 con bò 牛	
書本	cuốn / quyển 卷、本	cuốn từ điển 辭典 quyển sách 書 quyển truyện 故事書	
紙張（薄的）	tờ 張	tờ giấy 紙 tờ báo 報紙	
紙張（厚的）	tấm 幅、張	tấm bản đồ 地圖 tấm ảnh 照片 tấm vé 票	
牆面上掛的紙張	bức 幅	bức tranh 畫 bức tường 牆壁	
植物	cây 棵	cây đa 榕樹 cây lúa 稻米	
水果、球形類	quả 粒、顆 trái （南部用語、意思相同）	quả nho 葡萄 quả chuối 香蕉 quả dưa hấu 西瓜	
根莖類	củ 根	củ khoai tây 馬鈴薯 củ cà rốt 紅蘿蔔	
成雙	đôi 雙	đôi đũa 筷子 đôi dép 拖鞋	

雙的一支	chiếc 支	chiếc giầy 鞋子 chiếc găng tay 手套	
疊成	tập、tệp 疊	tập tiền 錢 tập giấy 紙	
成套	bộ 套	bộ quần áo 衣服 bộ sách 書	
其他	可將做為容器的詞語 當成量詞	bát phở 碗河粉 chai nước 瓶水 cốc trà 杯茶	

☆人：通常人的名稱不需要加單位詞，但是在書寫文章或強調階級輩分才需要加單位詞。如下：

· người 人

· vị 位

· tên 名（藐視、貶抑的用法）

· thằng 男傢伙（藐視、貶抑的用法）

· con 女傢伙（藐視、貶抑的用法）

 （四）語助詞「nhỉ」（吧、喔、呢）

語助詞「nhỉ」（吧、喔、呢）算是感嘆詞，放在句尾表示「肯定」、「徵求對方同意自己的說法」、或「自己的感嘆」。因此其句子通常是感嘆句或問句。例如：

· Bánh mì ngon <u>nhỉ</u>? 麵包好吃吧？

· Nhìn ngon quá <u>nhỉ</u>! 看起來好好吃喔！

四 Luyện tập 練習

1. Nhìn tranh rồi hỏi và trả lời câu hỏi. 看圖作答。

（1）Con này tiếng Việt gọi là con gì?

_____

（2）Cái này là cái gì?

_____

（3）Đây là cái gì?

_____

（4）Cái này tiếng Việt gọi là gì?

_____

2. Nghe và điền vào chỗ trống. 請聽錄音並填空。 🔘 MP3 038

（1）Hai _____ máy tính.

（2）Năm _____ từ điển.

（3）Một _____ phở.

（4）Ba _____ quần áo.

（5）Chín _____ giầy.

（6）Bốn _____ chó.

3. Điền từ thích hợp vào chỗ trống. 請填入適合的詞語。

（1）Đây là _____ ghế.

（2）Cái _____ tiếng Việt gọi là máy tính.

（3）Anh ấy là _____ Đài Loan.

（4）Cô ấy _____ giáo viên.

（5）Đó là _____ chó.

（6）Anh _____ là gì?

4. Sắp xếp từ thành câu đúng. 請將下列詞語排列成正確的句子。

（1）cái / tiếng Việt / này / là / gọi / gì

_____

（2）là / đây / gì / cái

_____

（3）tiếng Việt / cái / máy tính / này / là / gọi

_____

（4）tôi / hai / mua / phở / bát

_____

（5）cô ấy / mua / cái / một / máy tính

_____

5. Dịch 翻譯

（1）Dịch sang tiếng Việt. 請翻譯成越南文。

今天我學越南語。電腦越南語叫做「máy tính」。我想要買一台電腦及一本越華辭典。我有一台摩托車，我沒有汽車。

_____

_____

_____

（2）Dịch sang tiếng Hoa. 請翻譯成中文。

Tôi là Hà. Tôi là sinh viên. Tôi có hai con chó và ba con mèo. Tôi có một cái xe đạp nhưng không có xe máy. Tôi muốn mua một cái máy tính.

_____

_____

_____

五 Bổ sung 補充：常用物品＋菜單

 （一）蔬菜

1. bắp cải 高麗菜
2. dưa chuột 小黃瓜
3. hành 蔥
4. măng 竹筍
5. rau muống 空心菜
6. xu hào 大頭菜

 （二）水果

7. cam 柳橙
8. chuối 香蕉
9. dưa chuột 小黃瓜
10. dưa hấu 西瓜
11. dừa 椰子
12. dứa 鳳梨
13. ổi 芭樂

 （三）動物

14. bò 牛
15. cá 魚
16. chó 狗
17. gà 雞
18. lợn 豬
19. mèo 貓
20. vịt 鴨

 （四）食物

21. bánh mỳ 麵包
22. bún 米粉
23. canh 湯
24. cơm 飯
25. chả 肉丸、魚板
26. đậu 豆腐
27. giò 火腿
28. mỳ 麵
29. nem 春捲
30. phở 河粉
31. thịt 肉
32. trứng vịt lộn 鴨仔蛋

（五）文具

33. bàn đồ 地圖、版圖

34. báo 報紙

35. bóng 球

36. bút 筆

37. bút bi 原子筆

38. bút chì 鉛筆

39. bút lông 毛筆

40. bút xóa 立可帶、立可白

41. giấy 紙張

42. hộp bút 筆盒

43. sách 書

44. tẩy 橡皮擦

45. vở 筆記本

 （六）隨身物品

46. chìa khóa 鑰匙

47. dép 拖鞋

48. dù 傘（南部用語）

49. điện thoại 電話機、手機

50. đồng hồ 時鐘、手錶

51. giầy 鞋子

52. kính 眼鏡

53. ô 傘（北部用語）

54. túi 袋子

 （七）餐具與容器

55. bát 碗（北部用語）

56. cốc 杯子（北部用語）

57. chai 瓶子

58. chén 小碗（南部用語）

59. chén 茶杯（北部用語）

60. đĩa 盤子

61. đũa 筷子

62. ly 杯子（南部用語）

63. miếng 塊（某個東西的一部分）

64. tô 碗公（南部用語）

65. suất 份

 （八）家具

66. bàn 桌子

67. bóng điện 電燈

68. ghế 椅子

69. máy tính 電腦

70. ô tô 汽車

71. quạt 扇子

72. ti vi 電視機

73. tranh 畫

74. xe đạp 腳踏車

75. xe máy 摩托車

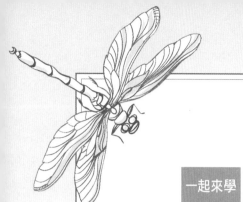

Kìa con bướm vàng

那隻黃色的蝴蝶

（法國兒歌〈兩隻老虎〉的曲子）

Kìa con bướm vàng 那隻黃色的蝴蝶

Kìa con bướm vàng 那隻黃色的蝴蝶

Xoè đôi cánh 展開翅膀

Xoè đôi cánh 展開翅膀

Bươm bướm bay đôi ba vòng 蝴蝶飛兩三圈

Bươm bướm bay đôi ba vòng 蝴蝶飛兩三圈

Em ngồi xem 我坐著看

Em ngồi xem 我坐著看

Bài 8

Chị có bánh mì không?

第八課：姊姊有麵包嗎？

一 Hội thoại 會話

 （一）**Tại hiệu ăn Việt Nam** 在越南餐廳 MP3 039

Chào các em, các em muốn ăn gì?

各位好，各位想吃什麼？

Chị có bánh mì không ạ?

姊姊有麵包嗎？

Có, các em ăn mấy cái?

有啊，你們要吃幾個？

Cho em một cái bánh mì thịt. Lâm có ăn bánh mì không?

給我一個麵包夾肉。霖要不要吃麵包？

Không, em không ăn bánh mì, em muốn ăn phở bò.

不，我不吃麵包，我想吃牛肉河粉。

Hôm nay không có phở bò, em ăn phở gà nhé!

今天沒有牛肉河粉。你吃雞肉河粉吧！

Vậy cũng được. Cho em một bát phở gà. Cám ơn chị.

也可以，給我一碗雞肉河粉。謝謝姊姊。

Các em chờ một chút nhé!

你們等一下喔！

（二）Tại căng tin trường 在學校餐廳 MP3 040

 Chào Minh, công việc thế nào?

哈囉，明，工作如何啊？

 Công việc mới nên hơi bận. Còn cậu thế nào?

新的工作所以有點忙。你呢？

 Mình cũng khá bận. Kỳ này có sinh viên trao đổi ngôn ngữ. Cậu có quen Lâm không?

我也相當忙。這個學期有語言交換學生，你認識霖嗎？

 Lâm nào? Lâm học năm thứ tư trường đại học Thành Công à?

哪一個霖？是成功大學四年級的霖嗎？

 Ừ, đúng rồi. Cậu ấy là sinh viên trao đổi ngôn ngữ của tớ.

是，對啊。他就是我的語言交換學生。

 Vậy thì tớ có quen. Cậu ấy thực tập cùng công ty tớ.

那我認識他。他是跟我同公司的實習生。

 Công ty cậu có bao nhiêu người?

你的公司有多少人？

 Công ty tớ thì rất đông, nhưng phòng kinh doanh của tớ chỉ có 4 người, một giám đốc tiếp thị, một trợ lý, tớ và Lâm.

我們公司人很多，但是我的業務部門只有四個人，

一個業務經理、一個助理、我和霖。

二 Từ mới 生詞 🔘 MP3 041

muốn 動 想要

có 動 有

gà 名 雞

vậy 助 那麼

được 助動 可以、行

cho 動介 給

bát 名 碗

chờ 動 等、待

nên 連 所以

khá 副形 相當、不錯

kỳ 名 期、學期

này 指形 這

quen 動 認識、熟悉

trao đổi 動 交換

ngôn ngữ 名 語言

năm 名 年

thứ tư 數 第四

trường 名 學校

Thành Công 名 成功

đúng 形 對、正確

rồi 助連 了、然後

của 連 的

thì 連 就

thực tập 動 實習

cùng 副 一起、同、跟

công ty 名 公司

bao nhiêu 疑 多少

nhưng 連 但是

phòng kinh doanh 名 業務部

chỉ 副 只

tiếp thị 名動 銷售

trợ lý 名 助理

Ngữ pháp 文法

 （一）疑問詞「có... không?」（……不……？）

　　用於「是否問題」，「có... không」的中間可以加動詞、名詞或形容詞，而在動詞與形容詞前面的「có」有時候可以省略。回答時，以自己狀況選擇用「肯定」或「否定」句子來回答。

疑問句句型：主語 + có + 動詞 / 形容詞 + không?

→肯定回答：Có, + 肯定句.

→否定回答：Không, + 否定句.

・Anh có ăn cơm không?　你吃不吃飯？

→Có, tôi có ăn cơm.　有，我有吃飯。 / Có, tôi ăn cơm.　好，我吃飯。

→Không, tôi không ăn cơm.　不，我不吃飯。

・Công việc của cậu có bận không?　你工作忙不忙？

→Công việc của tớ khá bận.　我工作相當忙。

→Không, công việc của tớ không bận lắm.　不，我工作不太忙。

 （二）có + 名詞

　　當「có」後面加名詞，它就是一個及物動詞，用來指主語本身對於客體的存在或所有。

疑問句句型：主語 + có + 名詞 + không?

→肯定回答：Có, + 肯定句.

→否定回答：Không, + 否定句.

‧ Chị có bánh mì không?　你有沒有麵包？

→Có, tôi có bánh mì.　有，我有麵包。

→Không, tôi không có bánh mì.　不，我沒有麵包。

 （三）「**phó từ chỉ mức độ**」（程度副詞）

　　「程度副詞」通常放在形容詞的前面，用來修飾形容詞的強弱程度。有些副詞可以放在形容詞的後面，這時除了有副詞的作用，還可以被視為一個感嘆詞。

1. 「程度副詞」放在形容詞前面：

　　　　không hề（一點也不）→ không（不）→ hơi（有點）→ khá（相當）→ rất（很）→ quá（太、超過）+ 形容詞

‧ Tôi không hề mệt.　我一點也不累。

‧ Nó không ngoan.　他不乖。

‧ Chị ấy hơi bận.　她有點忙。

‧ Công ty tôi khá đông.　我們公司相當多人。

‧ Phở bò rất ngon.　牛肉河粉很好吃。

‧ Tôi ăn quá no.　我吃超飽。

2. 「程度副詞」放在形容詞後面：

形容詞 + lắm!（很 + 形容詞 + 喔！）

形容詞 + quá!（太 + 形容詞 + 了！）

‧ Cái này đắt lắm!　這個很貴喔！

‧ Bánh mì ngon quá!　麵包太好吃了！

（四）連接詞「của」（的）

　　「của」是連接詞，用來連接兩個名詞，或連接名詞與代名詞，並帶有所有權的關係。例如：

· quyển sách của cô giáo　老師的書

· mẹ của tôi　我的媽媽

　　當「名詞與名詞」或「名詞與代名詞」之間有親密的關係，或所有名詞是包含、屬於被所有名詞的一部分時，「của」可以不用出現。例如：

· mẹ tôi　我媽媽

· Anh ấy là giám đốc công ty tôi.　他是我公司的經理。

 （五）序數

　　序數詞通常要放在名詞後面，用來表示順序，並且要在數字前面加上「thứ」（第），例如：「thứ ba」（第三）、「thứ năm」（第五）。

　　越南語的基數詞與序數詞的最大不同，在於「thứ nhất」（第一）及「thứ tư」（第四），它們和「một」（1）及「bốn」（4）的說法不一樣。另外，「第二」有兩種說法，分別是「thứ nhì」或「thứ hai」。其他數字就沒有什麼差別，只要加上「thứ」（第）在數字前面即可。例如：

· Ngày thứ nhất, tôi ăn một bát cơm.　第一天，我吃一碗飯。

· Tôi học đại học bốn năm, năm nay là năm thứ tư.　我大學讀四年，今年是四年級。

　　此外，想要表達「第一」，除了可以在名詞的後面加上「thứ nhất」（第一）的序數詞，也可以用後面加上「đầu tiên」（首先）的方式。例如：「第一天」可以說成「ngày thứ nhất」，或「ngày đầu tiên」。

· Lần đầu tiên tôi đến Đài Loan là năm 2002.　我第一次來台灣是2002年。

　　而想表達「最後」，就用在順序或方位詞的後面加上「cùng」，像是「cuối cùng」（最後）、「sau cùng」（最後）。例如：

· Đó là lần cuối cùng tôi gặp cô ấy.　那是最後一次我遇見她。

四 Luyện tập 練習

1. Trả lời câu hỏi. 回答問題。

（1）Em ăn gì?

＿＿＿＿＿＿＿＿＿＿＿＿＿＿＿＿＿＿＿＿＿＿

（2）Chị có phở không?

＿＿＿＿＿＿＿＿＿＿＿＿＿＿＿＿＿＿＿＿＿＿

（3）Phở có ngon không?

＿＿＿＿＿＿＿＿＿＿＿＿＿＿＿＿＿＿＿＿＿＿

（4）Em ăn mấy bát?

＿＿＿＿＿＿＿＿＿＿＿＿＿＿＿＿＿＿＿＿＿＿

2. Chọn từ thích hợp và điền vào chỗ trống. 請選擇適當的詞語填空。

（1）Tôi ＿＿＿＿＿＿ thích ăn bánh mì. (muốn / rất / đẹp)

（2）Hôm nay ＿＿＿＿＿＿ có phở gà không? (chị / có / ăn)

（3）Chúng tôi ＿＿＿＿＿＿ bánh mì và phở gà. (ăn / là / ngon)

（4）Phòng tôi có năm ＿＿＿＿＿＿ (người / bánh mì / ghế)

3. Nghe và điền vào chỗ trống. 請聽錄音並填空。 🔘 MP3 042

　　Tôi ＿＿＿＿＿ là Lâm, tôi là ＿＿＿＿＿ Đài Loan. Hiện tôi đang ＿＿＿＿＿

năm thứ tư ＿＿＿＿＿ Đại học Thành Công. Tôi có quen một người ＿＿ ＿＿. Anh

ấy tên là Minh. Anh ấy làm cùng ＿＿ ＿＿ tôi. Phòng chúng tôi có ＿＿＿＿＿ người,

giám đốc tiếp thị, trợ lý ＿＿ ＿＿, anh Minh và tôi.

4. Trả lời câu hỏi theo đoạn văn trên. 依照3.的內容回答問題

（1）Lâm là người nước nào?

_____

（2）Lâm quen ai?

_____

（3）Phòng của Lâm có mấy người?

_____

5. Sắp xếp từ thành câu đúng. 請將下列詞語排列成正確的句子。

（1）tôi / là / trước đây / giáo viên

_____

（2）anh ấy / có / cái / hai / ô tô

_____

（3）công ty / đông / rất / tôi

_____

（4）tôi / bận / rất / hôm nay

_____

（5）công việc / tôi / bận / của / khá

_____

6. Dịch 翻譯

（1）Dịch đoạn văn trên sang tiếng Hoa. 請將 3. 的內容翻譯成中文。

_____

_____

_____

（2）Dịch sang tiếng Việt. 請翻譯成越南文。

　　我叫明。我是成功大學的研究生。我之前是會計師。我現在在一個貿易公司實習。我認識一個台灣人，他也是成功大學的學生。我們在同一個公司實習。我們業務部有四個人。

_____

_____

_____

五 Bổ sung 補充：公司架構

（一）組織 MP3 042

1. ban 課

2. bộ phận 部分、部門

3. công ty con 子公司

4. công ty 公司

5. công xưởng 工廠

6. chi nhánh 分行

7. tập đoàn 集團

8. tổng công ty 總公司

9. phòng 室、課

10. tổ 組，單位

（二）職稱

11. chủ tịch hội đồng quản trị 董事長

12. giám đốc 經理

13. hội đồng quản trị 董事會

14. nhân viên 人員、職員

15. phó 副，職務名稱頭銜，ex. 副經理
（phó giám đốc）

16. tổng giám đốc 總經理

17. tổng tài 總裁

18. trợ lý 助理

19. trưởng 長，職務名稱頭銜，ex. 課長
（trưởng phòng）

（三）部門

20. bán hàng 銷售、賣貨

21. chăm sóc khách hàng 客戶服務

22. đối ngoại 對外、業務

23. hành chính 行政

24. kế hoạch dự án 企劃

25. kế toán 會計

26. kỹ thuật 科技

27. kho 倉庫

28. mẫu 樣本

29. nghiên cứu và phát triển 研究與發展

30. nhân sự 人事

31. quan hệ quốc tế 國際關係

32. quản lý 管理

33. sản xuất 生產

34. tài vụ 財務

35. tiếp thị 行銷、業務

36. tiêu thụ sản phẩm 產品銷售

37. thị trường 市場

38. thiết kế 設計

39. thương mại 貿易

40. truyền thông 公關

41. vật tư thiết bị 物資設備

42. xuất nhập khẩu 進出口

Bài 9

Quyển này bao nhiêu tiền?

第九課：這本多少錢？

Hội thoại 會話

 （一）**Tại quán ăn Việt Nam** 在越南餐廳　MP3 043

Chị ơi, tính tiền!
老闆娘，買單！

Hai em ăn gì nhỉ?
兩位吃什麼呢？

Một cái bánh mỳ trứng, một đĩa phở xào và hai cốc cà phê.
一條麵包夾蛋，一盤炒河粉及兩杯咖啡。

Tất cả là một trăm năm mươi tệ.
一共150元。

Gửi chị hai trăm tệ.
給妳200元。

Trả lại em năm mươi tệ,
cám ơn các em.
找你50元，謝謝你們。

Bọn em đi đây! Chào chị.
我們走了！再見。

（二）**Tại hiệu sách** 在書店 MP3 044

Chị ơi, quyển này bao nhiêu tiền?
小姐，這本多少錢？

Quyển này 450 tệ.
這本450元。

Thế còn quyển kia?
那本呢？

Quyển đó cũng 450 tệ.
那本也450元。

Sinh viên có giảm giá không ạ?
學生有打折嗎？

Em mua mấy quyển?
你要買幾本？

Em mua hai quyển từ điển này.
我買這兩本辭典。

Mua hai quyển thì chỉ bớt 10% thôi. Tất cả là 810 tệ.
買兩本只打9折而已。一共是810元。

Gửi chị 810 tệ.
給妳810元。

Cám ơn các em.
謝謝你們。

Cám ơn chị, chào chị bọn em đi ạ.
謝謝妳，我們走囉，再見。

第九課

二 Từ mới 生詞 (MP3 045)

tính 動 算

tiền 名 錢

ăn 動 吃

bánh mỳ 名 麵包

trứng 名 蛋

đĩa 名 盤

phở 名 河粉

xào 動 炒

cốc 名 杯

cà phê 名 咖啡

tất cả 副 全部

gửi 動 給、寄

trả lại 動 找、還

bao nhiêu 疑 多少

mấy 疑 幾

giảm giá 動 減價、打折

bớt 動 減、少

chỉ... thôi 片 只……而已

phần trăm 名 百分比（%）

đi 動 去、走

hiệu sách 名 書店

này 指 這

Ngữ pháp 文法

 （一）數字（十位、百位、千位數字）

1. 十位數＝數字＋（十）＋數字

- mười một　11
- mười hai　12
- mười ba　13
- mười bốn　14
- mười lăm　15
- mười sáu　16

- mười bảy　17
- mười tám　18
- mười chín　19
- hai mươi　20
- hai (mươi) mốt　21
- …

- hai (mươi) tư / bốn　24
- hai (mươi) lăm / nhăm　25
- …

- ba mươi　30

2. 百位數＝數字＋百

- một trăm　100
- một trăm linh / lẻ một　101

3. 千位數以上＝數字＋千

- một nghìn / ngàn　1,000
- một nghìn không trăm linh một　1,001
- mười nghìn / ngàn　10,000
- một trăm nghìn / ngàn　100,000

4. 六位數

- một triệu　1,000,000

5. 九位數

- một tỷ   1,000,000,000

6. 十位數後的數字唸法的不規則變化

một → mốt：在21～91的「1」，要用「mốt」而非「một」。

　　　　　　例如：「21」要說「hai mốt」。

năm → lăm：在15～95的「5」，要用「lăm」而非「năm」。

　　　　　　例如：「35」要說「ba lăm」。

mười → mươi：在20～90的十位數，要用「mươi」而非「mười」。

　　　　　　例如：「50」要說「năm mươi」。

bốn → tư / bốn：在24～94的「4」可以用「tư」或「bốn」。

　　　　　　44 可以用「bốn bốn」或「bốn tư」。

 （二）疑問詞

1.「bao nhiêu...?」（多少……？）

　　問於數量大於10或不可數的名詞（也可以是號碼）。回答時使用數字即可。例如：

- Anh <u>bao nhiêu</u> tuổi? 你幾歲？

→Tôi 22 tuổi. 我22歲。

- Anh sinh năm <u>bao nhiêu</u>? 你哪年出生？

→Tôi sinh năm 1993. 我1993年出生。

2. 「mấy...?」（幾……？）

問於數量小於10的可數名詞（也可以是號碼）。回答時使用數字即可。例如：

‧Anh có <u>mấy</u> cái bút?　你有幾支筆？

→Tôi có 3 cái bút.　我有3支筆。

 （三）詢問「數量」及其「回答方式」

1. 詢問數量（數量形容詞是主詞補語）

句型　主語 + **bao nhiêu / mấy** + 名詞?

回答　主語 + 數字 + 名詞.

‧Quyển từ điển này <u>bao nhiêu</u> tiền?　這本辭典多少錢?

→450 tệ.　台幣450元。

2. 詢問加了單位的數量（數量形容詞是受詞的數量）

句型　主語 + 動詞 + **bao nhiêu / mấy** + 單位詞 + 名詞?

回答　主語 + 動詞 + 數字 + 單位詞 + 名詞.

‧Anh <u>có mấy</u> cái bút?　你有幾支筆？

→Tôi có 3 cái bút.　我有3支筆。

3. 詢問號碼

句型　主語（名詞） + **là** + （名詞） + **bao nhiêu / mấy**?

回答　主語 + **là** + 數字.

‧Số điện thoại của anh <u>là bao nhiêu</u>?　你的電話號碼是多少？

→Số điện thoại của tôi <u>là</u> 0912345678.　我的電話號碼是0912345678。

（四）指示形容詞

　　「指示形容詞」由「指示代名詞」轉化而來，它的作用在於指明一定的人或物。在越南語的文法中，「指示代名詞」通常會放在句子前面當主語，而「指示形容詞」則會放在名詞的後面用來指定該名詞。

指示代名詞	→	指示形容詞
đây 這 đây只放在là 的前面或ở的後面，不會跟名詞結合。如果出現在句首或句尾，其為語氣詞。	代表人、事、物就在說話者的身邊。	này 這 放在名詞或單位詞後面，不會跟 là或ở在一起。如果出現在句首或句尾，其為語氣詞。
kia 那 放在名詞或單位詞後面就是指示形容詞，跟 là或ở在一起就是代名詞。如果出現在句首或句尾，其為語氣詞。	代表人、事、物離說話者有些距離，但還可以看得見。	kia / đấy / đó / ấy 那 放在名詞或單位詞後面就是指示形容詞，跟 là或ở在一起就是代名詞。如果出現在句首或句尾，其為語氣詞。
đấy / đó 那 放在名詞或單位詞後面就是指示形容詞，跟 là或ở在一起就是代名詞。如果出現在句首或句尾，其為語氣詞。	代表人、事、物離說話者有些距離或不在場，但是已經被說話者和聽話者知道。	đấy / đó / ấy 那 放在名詞或單位詞後面就是指示形容詞，跟 là或ở在一起就是代名詞。如果出現在句首或句尾，其為語氣詞。

· Đây là quyển sách.　這是書。

· Quyển sách này là của tôi.　這本書是我的。

四 Luyện tập 練習

1. Viết các số sau thành chữ. 請將下列數字改寫成文字。

（1）123 → _____

（2）2,345 → _____

（3）45,678 → _____

（4）678,901 → _____

（5）3,456,780 → _____

（6）1,234,567,890 → _____

第九課

2. Tìm câu hỏi cho các câu trả lời sau. 請寫出下列回答的問句。

（1）_____?

Năm nay tôi ba mươi tuổi.

（2）_____?

Anh ấy có hai quyển từ điển.

（3）_____?

Lớp tôi có ba sinh viên Việt Nam.

（4）_____?

Cái này một trăm ngàn.

（5）_____?

Cái kia hai ngàn đô-la.

3. Viết lại các số đã nghe được. 請寫下你所聽到的數字。 🔘 MP3 047

（1）_____ （4）_____

（2）_____ （5）_____

（3）_____ （6）_____

4. Đọc các số sau. 將下列數字唸出來。

（1）104 （4）15,040

（2）555 （5）285,907

（3）9,730 （6）19,876,543

5. Dịch 翻譯

（1）Dịch sang tiếng Việt. 請翻譯成越南文。

　　大家好。我是明。我剛到台灣。我是成功大學的研究生。昨天我和朋友去買辭典。他買一本越華辭典，我買一本華越辭典。一共是810元。

_____

_____

_____

（2）Dịch sang tiếng Hoa. 請翻譯成中文。

　　Tôi là Mai. Tôi là người Việt Nam. Tôi có một người bạn tên là Minh. Anh ấy là nghiên cứu sinh trường đại học Thành Công. Tôi cũng là sinh viên trường đại học Thành Công. Trường chúng tôi có nhiều sinh viên Việt Nam.

_____

_____

_____

五 Bổ sung 補充：各國貨幣名稱

（按越南國家銀行使用之名稱）

中文名稱	國際簡稱	越南文名稱
歐元	EUR	Đồng Euro
日圓	JPY	Yên Nhật
英鎊	GBP	Bảng Anh
瑞士法郎	CHF	Phơ răng Thuỵ Sĩ
澳幣	AUD	Đô la Úc
加拿大幣	CAD	Đô la Canada
瑞典克朗	SEK	Curon Thuỵ Điển
挪威克朗	NOK	Curon Nauy
丹麥克朗	DKK	Curon Đan Mạch
俄羅斯盧布	RUB	Rúp Nga
紐元	NZD	Đô la Newzealand
港幣	HKD	Đô la Hồng Công
新加坡幣	SGD	Đô la Singapore
馬來幣	MYR	Ringít Malaysia
泰銖	THB	Bath Thái
印尼幣	IDR	Rupiah Inđônêsia
印度盧比	INR	Rupee Ấn độ
台幣	TWD	Đô la Đài Loan
人民幣	CNY	Nhân dân tệ Trung Quốc
柬埔寨瑞爾	KHR	Riêl Cămpuchia
寮國基普	LAK	Kíp Lào
澳門幣	MOP	Pataca Macao
美元	USD	Đô la Mỹ
韓元	KRW	Won Hàn Quốc
巴西雷亞爾	BRL	Rin Brazin
波蘭茲羅提	PLN	Đồng Zloty Ba Lan
越南盾	VND	Đồng Việt Nam

MEMO

Cậu mua từ điển ở đâu?

第十課：你在哪裡買辭典？

Hội thoại 會話

 （一）**Tại ký túc** 在宿舍　🔘 MP3 048

 Lâm ơi, quyển từ điển này là của ai vậy?

霖啊，這本辭典是誰的？

 Của tớ, tớ vừa mới mua.

我的，我剛買的。

 Nó có bao nhiêu trang?

它有幾頁啊？

 Tớ không rõ lắm,

khoảng hơn 1000 trang.

我不太清楚，大約1000多頁吧。

 Cậu mua nó ở đâu vậy?

你在哪裡買的啊？

 Tớ mua ở hiệu sách gần trường Thành Công.

我在成功大學附近的書店買的。

（二）**Trên đường** 在路上 MP3 049

  Chào cô ạ! Cô đi đâu vậy?

老師好！老師去哪啊？

 Chào các em, cô đi bệnh viện.

你們好，我要去醫院。

  Cô bị làm sao à?

老師怎麼了嗎？

 À không, cô không sao, cô đến bệnh viện thăm bạn.

哦不，我沒事，我到醫院看朋友。

（三）Tại bệnh viện 在醫院

Ơ, Mạnh phải không? Lâu rồi không gặp.

是孟嗎？好久不見！

Hà phải không? Lâu rồi không gặp, dạo này thế nào?

是河嗎？好久不見，最近如何？

Tớ vẫn vậy, bây giờ cậu sống ở đâu?

我都一樣，你現在住哪？

Tớ sống ở thành phố Đài Nam.

我住在台南市。

Cậu làm việc tại bệnh viện này à?

你在這間醫院工作嗎？

Ừ, tớ vừa mới chuyển về đây.

是啊，我剛搬回來這裡。

二 Từ mới 生詞 MP3 051

của 連 的	**như thế nào** 代 如何
ai 代 誰	**bệnh viện** 名 醫院
vậy 嘆 啊	**bị làm sao** 片 怎麼了
vừa mới 副 剛才、剛剛	**không sao** 片 沒什麼
ở 介 動 在	**đến** 動 到
đâu 疑 哪裡	**thăm** 動 探望
trang 名 頁	**lâu rồi không gặp** 片 好久不見
rõ 形 清楚	**dạo này** 片 這陣子
khoảng 副 大約	**vẫn vậy** 片 一如以往
hơn 副 多、超過	**sống** 動 住
gần 副 附近、將近	**chuyển** 動 轉、搬家
trường 名 學校	**về** 動 回
thành công 名 形 成功	**thành phố** 名 城市
địa chỉ 名 地址	

143

三 Ngữ pháp 文法

 （一）疑問詞

1.「đâu?」（哪裡？）

用於詢問某個地點，通常放在「趨向動詞」的後面，回答時可以使用「地點的名詞」或「一個動詞」。

・Anh đi <u>đâu</u>? 你去哪裡？

→Tôi đi <u>Việt Nam</u>. 我去越南。

→Tôi đi <u>học tiếng Việt</u>. 我去學越語。

2.「ở đâu?」（在哪裡？）

用於詢問個地點，通常放在「一般動詞」的後面，表示動作發生的所在。

・Anh học tiếng Việt <u>ở đâu</u>? 你在哪裡學越語？

→Tôi học tiếng Việt <u>ở Đài Loan</u>. 我在台灣學越語。

（二）越南語句型：主語＋謂語（謂語是「動詞」的句子）

　　所謂的「動詞句」是以動詞當謂語的句子，動詞是用來說明或表示各類動作的詞彙。越語句子中，除了形容詞作為謂語的句子之外，基本上每個完整的句子都有一個動詞。以語法的作用，動詞可分為「一般動詞」和「特殊動詞」，而一般動詞又分為「及物動詞」與「不及物動詞」；「特殊動詞」則包括「趨向動詞」、「助動詞」、「連綴動詞」等。以意義區分的話，又可分為「活動動詞」、「存現動詞」、「情態動詞」、「使令動詞」、「趨向動詞」、「感官動詞」、「判斷動詞」等。

1. 不及物動詞

　　是指主語的自我狀態或活動。

肯定句 主語＋謂語（不及物動詞）．

・Em bé <u>ngủ</u>. 小朋友睡覺。

否定句 主語＋**không**＋謂語（不及物動詞）．

・Em bé không <u>ngủ</u>. 小朋友不睡覺。

疑問句 主語＋**có**＋動詞＋**không?**

・Em bé có <u>ngủ</u> không? 小朋友有睡覺嗎？

2. 及物動詞

　　是指主語針對一個客體的動作。

肯定句 主語＋謂語（及物動詞＋受詞）．

・Chúng tôi <u>học</u> tiếng Việt. 我們學越語。

否定句 主語＋**không**＋謂語（及物動詞＋受詞）．

・Chúng tôi không <u>học</u> tiếng Việt. 我們不學越語。

是否疑問句 主語＋**có**＋動詞＋**không?**

・Các bạn có <u>học</u> tiếng Việt không? 你們有學越語嗎？

3. 趨向動詞

趨向動詞表示動作的趨向，可作謂語，如果後面要加「補語」，通常需要加「方位詞」或「介詞」，最後加上「地點名詞」。

肯定句 主語 + 謂語（趨向動詞 + 地點名詞）.

· Tôi đi bệnh viện. 我去醫院。

否定句 主語 + không + 謂語（趨向動詞 + 地點名詞）.

· Tôi không đi bệnh viện. 我不去醫院。

疑問句 主語 + có + 動詞 + không?

· Anh có đi bệnh viện không? 你去醫院嗎？

☆常見的趨向動詞

· đi（去）	· về（回）	· lại（回、來）	· đến（到、來）
· tới（到、來）	· lùi（倒退）	· lên（上）	· xuống（下）
· ra（出）	· vào（進）	· sang（跨越）	· qua（過、經過）

這些趨向動詞，除了可以自己作為不及物動詞，也可以放在其他的活動動詞後面，作為方向的介詞或副詞，還可以放在情態動詞或形容詞的後面來表示主語的狀態、性質的變化（正面或負面）。

（1）動詞 + 趨向動詞

句型 動詞 + đi! ＝ 動詞 + 吧！

· Anh nói đi! 你說吧！

句型 動詞 + sang（到、成）＝ 動作往同一個高度的方向，只是不同的位置、
　　　　　　　　　　　　　　　　方式或轉變的材質

· Dịch câu này sang tiếng Hoa. 把這句翻成中文。

（2）形容詞 + 趨向動詞

　　表示消極的變化（變少、變負面）時，要用「đi」（去）、「lại」（回、來）、「xuống」（下）；表示積極的變化（變多、變正面）時，要用「lên」（上）、「ra」（出）。例如：

・Dạo này chị ấy đẹp <u>ra</u>.　她最近變漂亮。

 （三）介詞「ở / tại」（在）

　　「介詞」指地點，通常放在「地點名詞」前面，用來表示主語的所在。有時候，「ở」就是動詞的功能。

・Tôi học <u>ở</u> / <u>tại</u> trường đại học Thành Công.　我在成功大學讀書。

・Anh <u>ở</u> đâu?　你在哪裡？

→Tôi <u>ở</u> Đài Nam.　我在台南。

 （四）詢問地點 1

1. 趨向動詞

句型　主語 + 趨向動詞 + **đâu?**

・Anh đi <u>đâu</u>?　你去哪裡？

→Tôi đi <u>Việt Nam</u>.　我去越南。

・Tôi đi học tiếng Việt.　我去學越語。

2. 一般動詞

句型　主語 + 動詞 + **ở đâu?**

・Anh học tiếng Việt <u>ở đâu</u>?　你在哪裡學越語？

→Tôi học tiếng Việt <u>ở Đài Loan</u>.　我在台灣學越語。

四 Luyện tập 練習

1. Nghe và điền vào chỗ trống. 請聽錄音並填空。 **MP3 052**

Tôi _____ là Thanh Hà. Tôi là _____ Việt Nam. Tôi _____ giáo

viên dạy tiếng _____ . Tôi _____ tiếng Việt tại _____ đại học. Tôi

cũng dạy _____ tại nhà tôi. Tôi _____ gần 100 _____ sinh.

2. Dịch đoạn văn trên sang tiếng Hoa. 請將上文翻譯成中文。

_____

_____

_____

3. Trả lời câu hỏi. 回答問題。

（1）Quyển sách này là của ai?

_____

（2）Chị mua nó ở đâu vậy?

_____

（3）Chị đi đâu vậy?

_____

（4）Anh làm việc ở đâu?

_____

4. Sắp xếp từ thành câu đúng. 請將下列詞語排列成正確的句子。

（1）tôi / làm việc / Đài Nam / ở

_____

（2）đi / đâu / anh / vậy

_____

（3）đâu / chị / làm việc / ở

_____

（4）quyển / của / sách / ai / này / là

_____

5. Dịch sang tiếng Việt. 請翻譯成越南文。

我的名字是豐。我是一個貿易公司的經理。我住在台南，在高雄工作。我們公司有很多人，也有越南人。他們都住在宿舍。

_____

_____

_____

五 **Bổ sung** 補充：地點（公共場所）

（一）公共場所 MP3 052

1. công xưởng 工廠	11. cửa hàng 商店	21. ngân hàng 銀行
2. công ty 公司	12. lớp học 教室	22. cảng 港
3. công viên 公園	13. tòa soạn 報社	23. trường học 學校
4. ga tàu 火車站	14. nhà vệ sinh 廁所	24. cầu 橋
5. chợ 市場	15. siêu thị 超市	25. sân bay 機場
6. bến xe 車站	16. bưu điện 郵局	26. cơ quan 機構
7. đồn cảnh sát 派出所	17. sân vận động 運動場	27. quán ăn 餐館
8. trại tạm giam 看守所	18. thư viện 圖書館	28. bệnh viện 醫院
9. nhà 家	19. trại giam 監獄	29. kí túc xá 宿舍
10. bãi đỗ xe 停車場	20. nhà máy 製造廠	

（二）台灣地名的越南文說法

30. Đài Bắc 台北	37. Đài Trung 台中	44. Đài Đông 台東
31. Tân Bắc 新北	38. Nam Đầu 南投	45. Hoa Liên 花蓮
32. Cơ Long 基隆	39. Vân Lâm 雲林	46. Nghi Lan 宜蘭
33. Tân Trúc 新竹	40. Gia Nghĩa 嘉義	47. Bành Hồ 澎湖
34. Đào Viên 桃園	41. Đài Nam 台南	48. Mã Tổ 馬祖
35. Miêu Lật 苗栗	42. Cao Hùng 高雄	49. Kim Môn 金門
36. Chương Hóa 彰化	43. Bình Đông 屏東	

（三）越南行政單位（5個直轄市及58省）

1. 越南直轄市

50. Thành phố Hà Nội 河內

51. Thành phố Hồ Chí Minh 胡志明市

52. Thành phố Hải Phòng 海防

53. Thành phố Đà Nẵng 峴港、陀瀼

54. Thành phố Cần Thơ 芹苴

2. 越南58省

55. An Giang 安江

56. Bà Rịa-Vũng Tàu 巴地頭頓

57. Bạc Liêu 薄遼

58. Bắc Giang 北江

59. Bắc Kạn 北干

60. Bắc Ninh 北寧

61. Bến Tre 檳椥

62. Bình Dương 平陽

63. Bình Định 平定

64. Bình Phước 平福

65. Bình Thuận 平順

66. Cao Bằng 高平

67. Cà Mau 金甌

68. Đăk Lăk 多樂

69. Đăk Nông 多農

70. Điện Biên 奠邊

71. Đồng Nai 同奈

72. Đồng Tháp 同塔

73. Gia Lai 嘉萊

74. Hà Giang 河江

75. Hà Nam 河南

76. Hà Tĩnh 河靜

77. Hải Dương 海陽

78. Hậu Giang 後江

79. Hòa Bình 和平

80. Hưng Yên 興安

81. Kiên Giang 堅江

82. Kon Tum 崑嵩

83. Khánh Hòa 慶和

84. Lai Châu 來州

85. Lạng Sơn　諒山

86. Lào Cai　老街

87. Lâm Đồng　林同

88. Long An　龍安

89. Nam Định　南定

90. Ninh Bình　寧平

91. Ninh Thuận　寧順

92. Nghệ An　藝安

93. Phú Thọ　富壽

94. Phú Yên　富安

95. Quảng Bình　廣平

96. Quảng Nam　廣南

97. Quảng Ninh　廣寧

98. Quảng Ngãi　廣義

99. Quảng Trị　廣治

100. Sóc Trăng　朔莊

101. Sơn La　山羅

102. Tây Ninh　西寧

103. Tiền Giang　前江

104. Tuyên Quang　宣光

105. Thái Bình　太平

106. Thái Nguyên　太原

107. Thanh Hóa　清化

108. Thừa Thiên-Huế　承天順化

109. Trà Vinh　茶榮

110. Vĩnh Long　永隆

111. Vĩnh Phúc　永福

112. Yên Bái　安沛

Bài 11

Bàn làm việc của cậu ở đâu?

第十一課：你的辦公桌在哪裡？

Hội thoại 會話

（一）**Trong lớp, giờ giải lao** 教室裡，下課時間 ◎ MP3 053

Nhà cô có mấy anh chị em?
老師家有幾個兄弟姊妹？

Nhà cô có ba chị em.
我家有三姊妹。

Đây là em gái của cô à?
這是老師的妹妹嗎？

Ừ, em gái cô đứng cạnh cô đó.
是的，我妹妹站在我旁邊啊。

Vậy người ngồi bên cạnh cô, phía sau em gái cô là ai?
那坐在老師的旁邊，你妹妹的後面是誰啊？

Đó là chị gái cô. Ngồi bên cạnh chị gái, ngoài cùng bên trái là mẹ cô, phía trước bà là con trai cô.
那是我姊姊。坐在左邊最外面、我姊姊的旁邊是我媽媽，在她的前面是我兒子。

Mẹ cô còn trẻ quá!
老師的媽媽好年輕哦！

（二）Tại phòng làm việc 在辦公室 MP3 054

 Giới thiệu với cậu, đây là phòng làm việc của tớ.

跟你介紹，這是我的辦公室。

 Phòng rộng và sáng quá nhỉ! Bàn làm việc của cậu ở đâu?

房間好大又好亮喔！你的辦公桌在哪裡？

 Bàn làm việc của giám đốc ở giữa phòng, bên trái, gần cửa là bàn của trợ lý. Bàn của tớ ở trong cùng.

經理的辦公桌在房間中間，左邊接近門口是助理的桌子。我的桌子在最裡面。

··········

 Xin lỗi, nhà vệ sinh ở đâu nhỉ?

抱歉，洗手間在哪裡啊？

 À, nhà vệ sinh ở bên ngoài, cậu đi dọc đến cuối hành lang, bên trái là nhà vệ sinh nữ, bên phải là nhà vệ sinh nam.

哦，廁所在外面，你沿著走廊直走到底。左邊是女廁，右邊是男廁。

 Cám ơn cậu, chờ tớ đi vệ sinh một chút.

謝謝你，等我去洗手間一下。

二 Từ mới 生詞 🔘 MP3 055

em gái 名 妹妹

ngồi 動 坐

ảnh 名 照片

giữa 副 中間

bên cạnh 副 旁邊

bên trái 副 左邊

chị gái 名 姊姊

con trai 名 兒子

phía sau 副 後面

phía trước 副 前面

ngoài 副 外面

cùng 副 最（加在方位詞後面）

trong 副 裡面

phòng 名 房間

làm việc 動 做事

rộng 形 寬、大

sáng 形 亮

bàn 名 桌子

gần 副 接近、將近

cửa 名 門口

nhà vệ sinh 名 廁所

bên ngoài 副 外面

dọc 形 直的、縱線

đi dọc 動 沿著

đến 動 到

cuối 副 最後

hành lang 名 走廊

nữ 形 女的

nam 形 男的

三 Ngữ pháp 文法

 （一）詢問家庭成員

1. 詢問對方家裡有多少人

> 句型 Nhà + 主語 + có mấy người?（問家中有幾個人）

> 回答 Nhà + 主語 + có + 數字 + người.（有～個人）

‧ Nhà chị có mấy người? 你家有幾個人？

→Nhà tôi có năm người. 我家有五個人。

2. 詢問對方的兄弟姊妹

> 句型 主語 + có mấy anh chị em?（問對方的兄弟姊妹）

> 回答 主語 + có +數字+ anh em / chị em / anh chị em.

　　（第一個是哥哥 / 第一個是姊姊 / 上面有哥哥和姊姊）

‧ Nhà em có mấy anh chị em? 你家有幾個兄弟姊妹？

→Nhà em có ba chị em. 我家有三姊妹。

3. 詢問對方的小孩

> 句型 主語 + có mấy con?（問對方的孩子）

> 回答 主語 + có + 數字 + con.（回答自己有幾個孩子）

‧ Chị có mấy con? 妳有幾個孩子？

‧ Tôi có hai con. 我有兩個孩子。

 **（二）方位詞**

方位詞是名詞的一種，用來表示方向或位置。越南語的方位詞類似英文的介詞，可以加在名詞前面或後面，還可加上指定形容詞用來表示空間或時間的方位和順序。常見方位詞如下：

MP3
056

- bên cạnh 旁邊
- bên phải 右邊
- bên trái 左邊
- gần 近
- giữa 中間
- phía sau 後面

- phía trước 前面
- trước 前
- sau 後
- trên 上
- dưới 下
- trong 裡

- ngoài 外
- xung quanh 周圍
- đối diện 對面
- 方位詞 + cùng 最……

 （三）問地點 2

句型 主語 + 謂語（動詞 + 補語）+ ở đâu?

回答 主語 + 謂語（動詞 + 補語）+ ở + 方位詞 + 名詞.

- Quyển sách của tôi ở đâu? 我的書在哪裡？
→ Quyển sách của chị ở trên bàn. 你的書在桌上。

- Các bạn học tiếng Việt ở đâu? 你們在哪裡學越南語？
→ Chúng tôi học tiếng Việt trong trường Đại học Thành Công. 我們在成功大學學越南語。

四 Luyện tập 練習

1. Chọn từ thích hợp và điền vào chỗ trống. 請選擇適當的詞語填入空格。

　（1）Cái bút ở _____ bàn.　　（5）Mẹ ở _____ nhà.

　（2）Con mèo ở _____ ghế.　　（6）Bưu điện ở _____ trường học.

　（3）Quần áo ở _____ tủ.　　（7）Bệnh viện ở _____ bưu điện.

　（4）Xe máy ở _____ sân.　　（8）Công viên ở _____ trường học và chợ.

2. Nghe và điền vào chỗ trống. 請聽錄音並填空。　◎ MP3 057

　　Nhà tôi có _____ người: Bố tôi, mẹ tôi, và ba chị em tôi. Nhà tôi ở ____ ____

Đài Nam. Bên _____ nhà tôi là _____ viên. Bên trái công viên _____

chợ. Trong _____ có nhiều hiệu ăn. Có một hiệu ăn _____ phở Việt Nam

rất ngon. Trong đó có _____ người ngồi xung quanh _____ ăn phở. Có

một _____ chó nằm _____ gầm bàn. Tôi thường đến đây ăn _____

và trứng _____ lộn.

3. Dịch đoạn văn trên sang tiếng Hoa. 請將上文翻譯成中文。

　_____

　_____

　_____

　_____

　_____

　_____

4. Trả lời câu hỏi dựa theo đoạn văn trên. 依照上文回答問題。

（1）Nhà chị ấy có mấy người?

_____

（2）Nhà chị ấy ở đâu?

_____

（3）Con chó nằm ở đâu?

_____

（4）Chị ấy thường đến hiệu ăn Việt Nam ăn gì?

_____

5. Sắp xếp từ thành câu đúng. 請將下列詞語排列成正確的句子。

（1）trên / bàn / sách / quyển / ở

_____

（2）nhà / có / tôi / ba / anh / em / chị

_____

（3）bưu điện / công viên / ở / đối diện

_____

（4）bệnh viện / ở / bên cạnh / trường học

_____

（5）con / chó / dưới / nằm / ghế

_____

6. Dịch sang tiếng Việt. 請翻譯成越南文。

　　我家有五個人，我爸爸、媽媽、哥哥、我和一個妹妹。我爸爸是醫生，媽媽是教師，我哥哥在讀研究所。我和妹妹都是大學生。我爸爸在醫院工作，媽媽在大學教書。我正在一個貿易公司實習。公司前面有一個公園，後面是超市。

_____

_____

_____

_____

_____

_____

五 Bổ sung 補充：家庭成員

 （一）直系關係 MP3 057

1. ông 爺爺

2. bà 奶奶

3. ông ngoại 外公

4. bà ngoại 外婆

5. bố 爸爸

6. mẹ 媽媽

7. anh trai 哥哥

8. chị gái 姊姊

9. em trai 弟弟

10. em gái 妹妹

11. anh / chị em sinh đôi 雙胞胎

12. con trai 兒子

13. con gái 女兒

14. cháu trai 孫子

15. cháu gái 孫女

 （二）旁系關係

16. chú 叔叔

17. cô 姑姑

18. bác 伯父

19. cậu 舅舅

20. dì 阿姨

21. cháu trai 姪子、外甥

22. cháu gái 姪女、外甥女

23. chị họ 堂姊、表姊

24. em họ 堂弟、堂妹、表弟、表妹

25. anh họ 堂哥、表哥

（三）姻親關係

26. chồng 老公

27. vợ 老婆

28. bố chồng 公公

29. mẹ chồng 婆婆

30. anh chồng 大伯

31. em chồng 小叔、小姑

32. chị chồng 大姑

33. bố vợ 岳父

34. mẹ vợ 岳母

35. anh vợ 大舅子

36. em vợ 小舅子、小姨子

37. chị vợ 大姨子

38. em rể 妹夫

39. anh rể 姊夫

40. chị dâu 嫂嫂

41. em dâu 弟妹

42. mợ 舅媽

43. thím 嬸嬸

44. dượng, chú 姨丈、姑丈

 （二）家庭排行

45. anh cả 大哥

46. chị cả 大姊

47. anh thứ + 數字 ～哥

48. con út / em út 老么

49. con trai cả 大兒子

50. con thứ + 數字 第～個孩子

51. con một 獨子

Đường Đến Ngày Vinh Quang

到光榮的路上

詞曲：The Wall

中文意思

A段

一起爬上遙遠的高峰頂來，將自己的名字刻上。

儘管明知艱難在等著。

但心裡仍默許，我們前往滿天星走著。

哪條道路鋪滿的玫瑰。

腳底不會被玫瑰刺刮傷。

光榮的路上要經過千辛萬苦。

心裡默默地期許，我們要抬頭挺胸往前衝。

我們曾誓願一起肩並肩，一起分享光榮的喜樂。

副歌

那天，那天不會很遙遠，我們就是勝利者。

我們知道路途的遙遠坎坷，越過艱難，我們攻上山頂。

那天，那天不會很遙遠，我們就是勝利者。

到光榮的路不再遙遠，儘管還有多苦難。

B段

太陽在山頂仍燦爛，到處散放輝煌的活力。

把光榮放在勝利者的肩上。

銘記在我們熱血的心，無論多苦難我們都會超越。

我們曾誓願一起肩並肩，一起分享光榮的喜樂。

副歌

那天，那天不會很遙遠，我們就是勝利者。

到光榮的路不再太遙遠。

那天不會很遙遠，我們就是勝利者。

到我們所選擇的光榮的路不再，不再太遙遠。

那天不會很遙遠，我們就是勝利者。

到我們所選擇的光榮的路不再，不再太遙遠。

MEMO

附錄

越南語音素一覽表

1. 聲母

方式 ＼ 位置		嘴唇	上齒齦	上齒背	舌面	舌根	喉
塞音	清音	p	t	tr	ch	c; k; qu	
	送氣音		th				
	濁音	b	đ		d		
擦音	清音	ph	x	s		kh	h
	濁音	v	gi	r		g; gh	
鼻音		m	n		nh	ng; ngh	
邊音			l				

2. 聲調

越南語聲調名稱	thanh ngang 平聲(1)	thanh sắc 銳聲(2)	thanh hỏi 問聲 (3)	thanh huyền 玄聲(4)	thanh nặng 重聲(5)	thanh ngã 跌聲(6)
符號	無	／	ʔ	＼	.	～
越南語範例	a	á	ả	à	ạ	ã

3. 韻母

介音	核心音	無韻尾	m	p	n	t	ng	c	nh	ch	i (y)	o (u)
-	e	e	em	ep	en	et	eng	ec	-	-	-	eo
-	ê	ê	êm	êp	ên	êt	-	-	ênh	êch	-	êu
-	i	i	im	ip	in	it	-	-	inh	ich	-	iu
-	a	a	am	ap	an	at	ang	ac	anh	ach	ai	ao
-	ă	-	ăm	ăp	ăn	ăt	ăng	ăc	-	-	ay	au
-	ơ	ơ	ơm	ơp	ơn	ơt	-	-	-	-	ơi	-
-	â	-	âm	âp	ân	ât	âng	âc	-	-	ây	âu
-	ư	ư	-	-	-	ưt	ưng	ưc	-	-	ưi	ưu
-	o	o	om	op	on	ot	ong	oc	-	-	oi	-
-	ô	ô	ôm	ôp	ôn	ôt	ông	ôc	-	-	ôi	-
-	u	u	um	up	un	ut	ung	uc	-	-	ui	-
-	iê	ia	iêm	iêp	iên	iêt	iêng	iêc	-	-	-	iêu
-	ươ	ưa	ươm	ươp	ươn	ươt	ương	ước	-	-	ươi	ươu
-	uô	ua	uôm	-	uôn	uôt	uông	uôc	-	-	uôi	-
o	a	oa	oam	oap	oan	oat	oang	oac	oanh	oach	oai	oao
o	ă	-	oăm	oăp	oăn	oăt	oăng	oăc	-	-	oay	-
o	e	oe	-	-	oen	oet	-	-	-	-	-	oeo
o	o	-	-	-	-	-	oong	ooc	-	-	-	-
u	ê	uê	-	-	uên	uêt	-	-	uênh	uêch	-	-
u	â	-	-	-	uân	uât	uâng	-	-	-	uây	-
u	i	uy	-	uyp	uyn	uyt	-	-	uynh	uych	-	-
u	iê	uya	-	-	uyên	uyêt	-	-	-	-	-	-

第三課

1. Nghe và điền từ hoặc dấu thích hợp vào chỗ trống.
   請聽錄音，然後寫出缺少的詞語或標出正確的符號。

   （1）<u>Chào anh.</u> 哥哥好。

   （3）<u>Chào em.</u> 妹妹 / 弟弟 / 學生好。

   （2）<u>Chào chị.</u> 姊姊好。

   （4）<u>Chào cô.</u> 老師好。

3. Điền từ thích hợp vào chỗ trống. 請選擇適當的稱呼代名詞，填入下列空格。

   （1）Chào anh. Tôi là <u>Hà.</u> 你好。我是河。

   （2）Chào cô <u>ạ.</u> Em là <u>Lâm.</u> 老師好。我是霖。

   （3）Chào em. Chị là <u>Mai.</u> 你好。我是梅。

   （4）Chào <u>bà ạ.</u> Cháu là <u>Minh.</u> 奶奶好。我是明。

   （5）Chào <u>các bạn.</u> 各位朋友好。

 ## 第四課

1. Nghe và điền vào chỗ trống. 請聽錄音並填空。

   A: Chào <u>anh,</u> xin lỗi, anh <u>tên</u> là gì? 你好，不好意思，你叫什麼名字？

   B: Tôi tên <u>là</u> Tiến. Còn <u>chị,</u> chị tên là gì? 我名字是進。妳呢，妳叫什麼名字？

   A: Tôi tên là Hà. Rất <u>vui</u> được gặp anh! 我名字是河。很高興能夠見到你。

   B: Tôi cũng rất vui được làm quen <u>với chị!</u> 我也很高興能夠跟妳認識。

2. Nhìn ảnh rồi hỏi và trả lời. 請與同學一起看國旗，再問對方的國籍。

   （略）

3. Nhìn ảnh và trả lời câu hỏi. 請看國旗，再回答問題。

   （1）Chị là người nước nào? 妳是哪國人？

   　　　<u>Tôi là người Trung Quốc.</u> 我是中國人。

（2）Em là người Việt Nam à? 妳是越南人嗎？

　　Không, em là người Hàn Quốc. 不，我是韓國人。

（3）Cô ấy là người nước nào? 她是哪國人？

　　Cô ấy là người Anh. 她是英國人。

（4）Anh là người Đài Loan phải không? 你是台灣人，是嗎？

　　Không, tôi không phải là người Đài Loan. 不，我不是台灣人。

（5）Bà ấy là người nước nào? 她是哪國人？

　　Bà ấy là người Đài Loan. 她是台灣人。

（6）Bạn là người Việt Nam phải không? 你是越南人，是嗎？

　　Không, tôi không phải là người Việt Nam. 不，我不是越南人。

（7）Ông là người nước nào? 你是哪國人？

　　Tôi là người Ma-lai-xi-a. 我是馬來西亞人。

（8）Cô Kim là người Hàn Quốc à? 金小姐是韓國人嗎？

　　Không, cô Kim không phải là người Hàn Quốc. 不，金小姐不是韓國人。

（9）John là người nước nào? 約翰是哪國人？

　　John là người Mỹ. 約翰是美國人。

4. Sắp xếp từ thành câu đúng. 請將下列詞語，排列成正確的句子。

　（1）Anh tên là gì? 你叫什麼名字？

　（2）Em là người Đài Loan à? 你是台灣人嗎？

　（3）Chị là người Việt Nam phải không? 姊姊是越南人，是嗎？

　（4）Tôi tên là Mai. 我叫梅。

　（5）Anh là người nước nào? 你是哪國人？

　（6）Tôi là người Đài Loan. 我是台灣人。

5. Dịch 翻譯

　（1）Dịch sang tiếng Việt. 請翻譯成越南文。

　　　Chào các bạn. Tôi tên là Lâm. Tôi là người Đài Loan. Rất vui được gặp các bạn.

　（2）Dịch sang tiếng Hoa. 請翻譯成中文。

　　　大家好。我叫河。我是越南人。很高興認識大家。

1. Nghe và điền vào chỗ trống. 請聽錄音並填空。

　　A: Chào Hải. 海，你好。

　　B: Chào Mai, dạo này thế nào? 梅，妳好，最近如何？

　　A: Cám ơn, mình vẫn vậy, còn cậu thế nào? 謝謝，我還是一如以往，你呢？

　　B: Mình dạo này hơi mệt. 我有點累。

2. Chọn từ thích hợp và điền vào chỗ trống. 請選擇適當的詞語填空。

　　（1）Đây là anh Nam.（là / không / khỏe） 這是南哥哥。（是 / 不 / 好）

　　（2）Anh có khỏe không?（có / không / mệt） 你好嗎？（有 / 不 / 累）

　　（3）Xin giới thiệu với các bạn, đây là cô Hà.（với / và / có）
　　　　讓我跟大家介紹，這是河老師。（跟 / 和 / 有）

　　（4）Rất vui được gặp anh.（anh / không / giúp đỡ）
　　　　很高興可以見到你（你 / 不 / 協助）

　　（5）Em vẫn bình thường.（vẫn / vậy / em） 我還一如以往。（還 / 那樣 / 我）

3. Luyện nói: Chào hỏi 口語訓練：打招呼與問候

　　（略）

4. Sắp xếp từ thành câu đúng. 請將下列詞語排列成正確的句子。

　　（1）Bạn dạo này thế nào? 妳最近如何？

　　（2）Anh có khỏe không? 你好嗎？

　　（3）Cám ơn, chị hơi mệt. 謝謝，姊姊有點累。

　　（4）Tôi mới đến Đài Loan, mong các bạn giúp đỡ. 我剛來台灣，請大家多多指教。

5. Dịch 翻譯

　　（1）Dịch sang tiếng Việt. 請翻譯成越南文。

　　　　Chào các bạn. Tôi là Minh. Tôi là người Việt Nam. Tôi mới đến Đài Loan, mong các bạn giúp đỡ.

　　（2）Dịch sang tiếng Hoa. 請翻譯成中文。

　　　　大家好。我是霖。我是台灣人。我剛來越南。我有點累。請大家多多指教。

第六課

1. Hoàn thành hội thoại. 請完成下列對話。

A: Chào chị. 妳好。

B: Chào anh. 你好。

A: Chị tên là gì? 妳叫什麼名字？

B: Tôi tên là Mai. 我叫梅。

A: Chị làm nghề gì? 妳做什麼職業？

B: Tôi là giáo viên. Còn anh? 我是老師。你呢？

A: Tôi là bác sĩ, rất vui được gặp chị. 我是醫生，很高興可以見到妳。

B: Tôi cũng rất vui được làm quen với anh. 我也很高興可以認識你。

2. Trả lời câu hỏi. 請回答問題。

（1）Chị tên là gì? 妳叫什麼名字？

Tôi tên là Hà. 我叫河。

（2）Em dạo này thế nào? 妳最近如何？

Cám ơn cô, em vẫn vậy. 謝謝老師，我仍一如以往。

（3）Anh là người Đài Loan à? 你是台灣人嗎？

Vâng, tôi là người Đài Loan. 是，我是台灣人。

（4）Cô ấy là sinh viên mới phải không? 她是新的學生嗎？

Không, cô ấy không phải là sinh viên mới. 不，她不是新學生。

3. Nghe và điền vào chỗ trống. 請聽錄音並填空。

（1）Tôi là người Việt Nam. 我是越南人。

（2）Anh ấy không phải là người Đài Loan. 他不是台灣人。

（3）Tôi là sinh viên. 我是學生。

（4）Chị có khỏe không? 妳好嗎？

（5）Anh làm nghề gì? 你做什麼職業？

4. Sắp xếp từ thành câu đúng. 請將下列詞語排列成正確的句子。

（1）Chị là giáo viên phải không? 你是老師嗎？

（2）Cô ấy không phải là giáo viên. 她不是老師。

（3）Chúng em đều là sinh viên. 我們都是學生。

（4）Các bạn đều là sinh viên à? 你們都是學生嗎？

（5）Họ không phải là người Trung Quốc. 他們不是中國人。

5. Dịch 翻譯

（1）Dịch sang tiếng Việt. 請翻譯成越南文。

Tôi tên là Minh. Tôi là nhân viên mới. Trước đây tôi là kế toán. Mong các bạn giúp đỡ.

（2）Dịch sang tiếng Hoa. 請翻譯成中文。

大家好。我叫河。我是越南人。我是老師。我也是研究生。

 第七課

1. Nhìn tranh rồi hỏi và trả lời câu hỏi. 看圖作答。

（1）Con này tiếng Việt gọi là con gì? 這個動物越南語叫做什麼？

Con này tiếng Việt gọi là con gà. 這個動物越南語叫做con gà（雞）。

（2）Cái này là cái gì? 這個東西是什麼？

Cái này là cái ghế. 這個東西是椅子。

（3）Đây là cái gì? 這是什麼？

Đây là quyển từ điển. 這是辭典。

（4）Cái này tiếng Việt gọi là gì? 這個越南語叫做什麼？

Cái này tiếng Việt gọi là cái máy tính. 這個越南語叫做cái máy tính（電腦）。

2. Nghe và điền vào chỗ trống. 請聽錄音並填空。

（1）Hai cái máy tính. 兩台電腦。

（2）Năm quyển từ điển. 五本辭典。

（3）Một bát phở. 一碗河粉。

（4）Ba bộ quần áo. 三套衣服。

（5）Chín đôi giầy. 九雙鞋子。

（6）Bốn con chó. 四隻狗。

3. Điền từ thích hợp vào chỗ trống. 請填入適合的詞語。

（1）Đây là <u>cái</u> ghế. 這是椅子。

（2）Cái <u>này</u> tiếng Việt gọi là máy tính. 這個越南語叫做máy tính（電腦）。

（3）Anh ấy là <u>người</u> Đài Loan. 他是台灣人。

（4）Cô ấy <u>là</u> giáo viên. 她是老師。

（5）Đó là <u>con</u> chó. 那是狗。

（6）Anh <u>tên</u> là gì? 你叫什麼名字？

4. Sắp xếp từ thành câu đúng. 請將下列詞語排列成正確的句子。

（1）<u>Cái này tiếng Việt gọi là gì?</u> 這個越南語叫做什麼？

（2）<u>Đây là cái gì?</u> 這是什麼？

（3）<u>Cái này tiếng Việt gọi là máy tính.</u> 這個越南語叫做máy tính（電腦）。

（4）<u>Tôi mua hai bát phở.</u> 我買兩碗河粉。

（5）<u>Cô ấy mua một cái máy tính.</u> 她買一台電腦。

5. Dịch 翻譯

（1）Dịch sang tiếng Việt. 請翻譯成越南文。

<u>Hôm nay tôi học tiếng Việt. Điện tử tiếng Việt gọi là máy tính. Tôi muốn mua một cái máy tính và một quyển từ điển Việt Hoa. Tôi có một cái xe máy. Tôi không có ô tô.</u>

（2）Dịch sang tiếng Hoa. 請翻譯成中文。

<u>我叫河。我是大學生。我有兩隻狗和三隻貓。我有一台腳踏車但是沒有摩托車。我想買一台電腦。</u>

附
錄

 第八課

1. Trả lời câu hỏi. 回答問題。

（1）Em ăn gì? 你吃什麼？ 　　　　　<u>Em ăn cơm.</u> 我吃飯。

（2）Chị có phở không? 妳有河粉嗎？ 　　<u>Có.</u> 有。

（3）Phở có ngon không? 河粉好不好吃？ 　<u>Ngon.</u> 好吃。

（4）Em ăn mấy bát? 你吃幾碗？ 　　　　<u>Em ăn hai bát.</u> 我吃兩碗。

2. Chọn từ thích hợp và điền vào chỗ trống. 請選擇適當的詞語填空。

（1）Tôi rất thích ăn bánh mì. (muốn / rất / đẹp) 我很喜歡吃麵包。（想要 / 很 / 漂亮）

（2）Hôm nay chị có phở gà không? (chị / có / ăn) 你今天有雞肉河粉嗎？（姊姊 / 有 / 吃）

（3）Chúng tôi ăn bánh mì và phở gà. (ăn / là / ngon) 我們吃麵包和雞肉河粉。（吃 / 是 / 好吃）

（4）Phòng tôi có năm người. (người / bánh mì / ghế) 我的部門有5個人。（人 / 麵包 / 椅子）

3. Nghe và điền vào chỗ trống. 請聽錄音並填空。

Tôi tên là Lâm, tôi là người Đài Loan. Hiện tôi đang học năm thứ tư trường Đại học Thành Công. Tôi có quen một người Việt Nam. Anh ấy tên là Minh. Anh ấy làm cùng công ty tôi. Phòng chúng tôi có bốn người, giám đốc tiếp thị, trợ lý giám đốc, anh Minh và tôi.

4. Trả lời câu hỏi theo đoạn văn trên. 依照 3. 的內容回答問題。

（1）Lâm là người nước nào? 霖是哪國人？

Lâm là người Đài Loan. 霖是台灣人。

（2）Lâm quen ai? 霖認識誰？

Lâm quen Minh. 霖認識明。

（3）Phòng của Lâm có mấy người? 霖的部門有幾個人？

Phòng Lâm có bốn người. 霖的部門有四個人。

5. Sắp xếp từ thành câu đúng. 請將下列詞語排列成正確的句子。

（1）Trước đây tôi là giáo viên. 我之前是老師。

（2）Anh ấy có hai cái ô tô. 他有兩輛車。

（3）Công ty tôi rất đông. 我們公司很多人。

（4）Hôm nay tôi rất bận. 今天我很忙。

（5）Công việc của tôi khá bận. 我的工作相當的忙。

6. Dịch 翻譯

（1）Dịch đoạn văn trên sang tiếng Hoa. 請將 3. 的內容翻譯成中文。

我叫林，我是台灣人。我現在正是成功大學四年級的學生。我認識一個越南人。他叫明。他跟我在同一個公司。我們公司有四個人：業務經理、經理助理、阿明和我。

（2）Dịch sang tiếng Việt. 請翻譯成越南文。

Tôi tên là Minh. Tôi là nghiên cứu sinh trường đại học Thành Công. Trước đây tôi là kế toán. Hiện nay tôi đang thực tập ở một công ty thương mại. Tôi quen một người Đài Loan. Anh ấy cũng là sinh viên trường đại học Thành Công. Chúng tôi thực tập cùng công ty. Phòng kinh doanh của chúng tôi có bốn người.

 第九課

1. Viết các số sau thành chữ. 請將下列數字改寫成文字。

（1）123 → một trăm hai mươi ba

（2）2,345 → hai nghìn ba trăm bốn mươi lăm

（3）45,678 → bốn mươi lăm nghìn sáu trăm bảy mươi tám

（4）678,901 → sáu trăm bảy mươi tám nghìn chín trăm linh một

（5）3,456,780 → ba triệu bốn trăm năm mươi sáu nghìn bảy trăm tám mươi

（6）1,234,567,890 → một tỉ hai trăm ba mươi tư triệu năm trăm sáu mươi bảy ngàn tám trăm chín mươi

2. Tìm câu hỏi cho các câu trả lời sau. 請寫出下列回答的問句。

（1）Năm nay anh bao nhiêu tuổi? 你今年幾歲？

Năm nay tôi ba mươi tuổi. 我今年30歲

（2）Anh ấy có mấy quyển từ điển? 他有幾本辭典？

Anh ấy có hai quyển từ điển. 他有兩本辭典。

（3）Lớp bạn có mấy sinh viên Việt Nam? 你班級有幾個越南學生？

Lớp tôi có ba sinh viên Việt Nam. 我班級有三個越南學生。

（4）Cái này bao nhiêu tiền? 這個多少錢？

Cái này một trăm ngàn. 這個10萬（100千）。

（5）Cái kia mấy ngàn đô-la? 那個幾千美金？

Cái kia hai ngàn đô-la. 那個2,000美金。

3. Viết lại các số đã nghe được. 請寫下你所聽到的數字。

（1）một ngàn không trăm ba mươi hai （1,032）

（2）năm triệu sáu trăm bốn mươi sáu ngàn bảy trăm linh lăm （5,646,705）

（3）sáu tỷ chín trăm tám ba triệu （6,983,000,000）

（4）hai mươi bảy ngàn không trăm bảy mươi （27,070）

（5）bốn trăm hai sáu （426）

（6）bảy trăm ngàn không trăm năm sáu （700,056）

4. Đọc các số sau. 將下列數字唸出來。

（1）104 → một trăm linh bốn

（2）555 → năm trăm năm lăm

（3）9,730 → chín nghìn bảy trăm ba mươi

（4）15,040 → mười lăm nghìn không trăm bốn mươi

（5）285,907 → hai trăm tám lăm nghìn chín trăm linh bảy

（6）19,876,543 → mười chín triệu tám trăm bảy sáu nghìn năm trăm bốn ba

5. Dịch 翻譯

（1）Dịch sang tiếng Việt. 請翻譯成越南文。

Chào các bạn. Tôi là Minh. Tôi mới đến Đài Loan. Tôi là nghiên cứu sinh trường đại học Thành Công. Hôm qua tôi và bạn tôi đi mua từ điển. Anh ấy mua một quyển từ điển Việt Hoa, tôi mua một quyển từ điển Hoa Việt. Tất cả là 810 NT.

（2）Dịch sang tiếng Hoa. 請翻譯成中文。

我是梅。我是越南人。我有一位朋友叫明。他是成功大學的研究生。我也是成功大學的學生。我們學校有很多越南學生。

第十課

1. Nghe và điền vào chỗ trống. 請聽錄音並填空。

Tôi <u>tên</u> là Thanh Hà. Tôi là <u>người</u> Việt Nam. Tôi <u>là</u> giáo viên dạy tiếng <u>Việt</u>. Tôi <u>dạy</u> tiếng Việt tại <u>trường</u> đại học. Tôi cũng dạy <u>học</u> tại nhà tôi. Tôi <u>có</u> gần 100 <u>học</u> sinh.

2. Dịch đoạn văn trên sang tiếng Hoa. 請將上文翻譯成中文。

<u>我叫青河。我是越南人。我是越南語的老師。我在大學教越南語。我也在我家教學。我有將</u>
<u>近100個學生。</u>

3. Trả lời câu hỏi. 回答問題。

（1）Quyển sách này là của ai? 這本書是誰的？

<u>Quyển sách này là của tôi.</u> 這本書是我的。

（2）Chị mua nó ở đâu vậy? 妳在哪裡買它啊？

<u>Tôi mua nó ở hiệu sách.</u> 我在書店買它。

（3）Chị đi đâu vậy? 妳去哪裡啊？

<u>Tôi đi học.</u> 我去上學。

（4）Anh làm việc ở đâu? 你在哪裡工作？

<u>Tôi làm việc ở Đài Nam.</u> 我在台南工作。

4. Sắp xếp từ thành câu đúng. 請將下列詞語排列成正確的句子。

（1）<u>Tôi làm việc ở Đài Nam.</u> 我在台南工作。

（2）<u>Anh đi đâu vậy?</u> 你去哪裡啊？

（3）<u>Chị làm việc ở đâu?</u> 妳在哪裡工作？

（4）<u>Quyển sách này là của ai?</u> 這本書是誰的？

5. Dịch sang tiếng Việt. 請翻譯成越南文。

Tôi tên là Phong. Tôi là giám đốc một công ty thương mại. Tôi sống ở Đài Nam, làm việc tại Cao Hùng. Công ty tôi có rất đông người, cũng có người Việt Nam. Họ đều sống ở kí túc xá.

 第十一課

1. Chọn từ thích hợp và điền vào chỗ trống. 請選擇適當的詞語填入空格。

（1）Cái bút ở trên bàn. 筆在桌上。

（2）Con mèo ở dưới ghế. 貓在椅子下。

（3）Quần áo ở trong tủ. 衣服在衣櫥裡。

（4）Xe máy ở ngoài sân. 摩托車在外面。

（5）Mẹ ở trong nhà. 媽媽在家裡面。

（6）Bưu điện ở bên cạnh trường học. 郵局在學校旁邊。

（7）Bệnh viện ở đối diện bưu điện. 醫院在郵局對面。

（8）Công viên ở giữa trường học và chợ. 公園在學校和菜市場中間。

2. Nghe và điền vào chỗ trống. 請聽錄音並填空。

     Nhà tôi có 5 người: Bố tôi, mẹ tôi, và ba chị em tôi. Nhà tôi ở thành phố Đài Nam. Bên cạnh nhà tôi là công viên. Bên trái công viên là chợ. Trong chợ có nhiều hiệu ăn. Có một hiệu ăn bán phở Việt Nam rất ngon. Trong đó có mấy người ngồi xung quanh bàn ăn phở. Có một con chó nằm dưới gầm bàn. Tôi thường đến đây ăn phở và trứng vịt lộn.

3. Dịch đoạn văn trên sang tiếng Hoa. 將上文翻譯成中文。

我家有五個人，爸爸、媽媽和我們三姊妹。我家在台南市。我家旁邊是公園，公園左邊是菜市場。市場裡面有很多攤販。有一個小吃店賣很好吃的越南河粉。那裡面有幾個人正坐在桌子周圍吃河粉。有一隻狗躺在桌子底下。我常來這裡吃河粉和鴨仔蛋。

4. Trả lời câu hỏi dựa theo đoạn văn trên. 依照上文回答問題。

（1）Nhà chị ấy có mấy người? 她家有幾個人？

    Nhà chị ấy có 5 người. 她家有5個人。

（2）Nhà chị ấy ở đâu? 她家在哪裡？

    Nhà chị ấy ở Đài Nam. 她家在台南。

（3）Con chó nằm ở đâu? 狗躺在哪裡？

    <u>Con chó nằm dưới gầm bàn.</u> 狗躺在桌子底下。

（4）Chị ấy thường đến hiệu ăn Việt Nam ăn gì? 她常去越南店吃什麼？

    <u>Chị ấy thường đến đây ăn trứng vịt lộn.</u> 她常去越南店吃鴨仔蛋。

5. Sắp xếp từ thành câu đúng. 請將下列詞語排列成正確的句子。

（1）<u>Quyển sách ở trên bàn.</u> 書在桌上。

（2）<u>Nhà tôi có ba anh chị em.</u> 我家有三個兄弟姊妹。

（3）<u>Bưu điện ở đối diện công viên.</u> 郵局在公園對面。

（4）<u>Bệnh viện ở bên cạnh trường học.</u> 醫院在學校旁邊。

（5）<u>Con chó nằm dưới ghế.</u> 狗躺在椅子下。

6. Dịch sang tiếng Việt. 請翻譯成越南文。

<u>Nhà tôi có năm người: Bố tôi, mẹ tôi, anh trai tôi, tôi và em gái tôi. Bố tôi là bác sĩ, mẹ tôi là giáo viên, anh trai tôi là nghiên cứu sinh, tôi và em gái tôi đều là sinh viên. Bố tôi làm việc ở bệnh viện, mẹ tôi dạy học ở trường đại học. Tôi đang thực tập tại một công ty thương mại. Phía trước công ty tôi có một công viên, phía sau là siêu thị.</u>

■ 一畫

一 một

一如以往、跟往常一樣 vẫn vậy

一起、同、跟 cùng

一點點 một chút

■ 二畫

了、然後 rồi

人 người

人事 nhân sự

人員、職員 nhân viên

力氣 sức lực

■ 三畫

上班族 nhân viên

下雨 mưa

也 cũng

土木工 thợ xây

大伯 anh chồng

大兒子 con trai cả

大姊 chị cả

大姑 chị chồng

大姨子 chị vợ

大約 khoảng

大哥 anh cả

大舅子 anh vợ

大學生 sinh viên

大頭菜 xu hào

女老師的稱謂、姑姑、小姐 cô

女兒 con gái

女的 nữ

子公司 công ty con

小心、謹慎 cẩn thận

小叔、小姑 em chồng

小黃瓜 dưa chuột

小碗（南部用語） chén

小舅子、小姨子 em vợ

工人 công nhân

工程師 kỹ sư

工廠 công xưởng

■ 四畫

不、沒有 không

不好意思、對不起 xin lỗi

不屈服 bất khuất

不知所措 loay hoay

中國 Trung Quốc

中華民國 Trung Hoa Dân Quốc

中間 giữa

之前 trước đây

什麼 gì

今天 hôm nay

介紹 giới thiệu

公公 bố chồng

公司 công ty

公務員　công chức

公園　công viên

公關　truyền thông

分行　chi nhánh

天啊　trời ơi

太　quá

巴士　xe buýt

手腳抽筋　co quắp

支票　séc

日本　Nhật Bản

月　tháng

月蝕　nguyệt thực

木工　thợ mộc

木箱　hòm

毛筆　bút lông

水、國家　nước

水電工　thợ điện

火車站　ga tàu

火腿　giò

牛　bò

■ 五畫

他、她　bạn ấy

加拿大　Ca-na-đa (Canada)

北韓（朝鮮）　Triều Tiên

去、走　đi

只　chỉ

只……而已　chỉ... thôi

叫　gọi

可以、行、能夠　được

可愛、漂亮　xinh

台北　Đài Bắc

台灣　Đài Loan

外公　ông ngoại

外面　bên ngoài / ngoài

外婆　bà ngoại

奶奶　bà

左邊　bên trái

市長　thị trưởng

市場　chợ / thị trường

平易、不計較　xuề xòa

打招呼　chào

打嗝　nấc

本　quyển

正在　đang

生產　sản xuất

立可帶、立可白　bút xóa

■ 六畫

丟棄　vứt

交換　trao đổi

份　xuất

企劃　kế hoạch dự án

全部　tất cả

再　lại

再見、暫別　tạm biệt

印尼　In-đô-nê-xi-a (Indonesia)

印度　Ấn Độ

吃　ăn

各　các

附
錄

183

名字　tên

回去　về

在　ở

在、在於　tại

地址　địa chỉ

地圖、版圖　bản đồ

多、超過　hơn

多少　bao nhiêu

好久不見　lâu rồi không gặp

好吃　ngon

如何　như thế nào / thế nào

安排　sắp xếp

安靜、閉嘴　im

帆　buồm

年　năm

年齡、歲　tuổi

成功　thành công

有　có

有點　hơi

汗點　hoen ố

百分比（%）　phần trăm

竹筍　măng

竹筍湯　canh măng

米粉　bún

老么　con út / em út

老公　chồng

老師　giáo viên

女老師　cô giáo

老婆　vợ

老闆　ông chủ

肉　thịt

行政　hành chính

西瓜　dưa hấu

西班牙　Tây Ban Nha

■ 七畫

伯父　bác

伯母　bác gái

但是　nhưng

住　sống

作曲家　nhạc sĩ

作家　nhà văn

助理　trợ lý

坐　ngồi

夾　kẹp

完成　xong

希望　mong

弟、妹、學生　em

弟弟　em trai

弟妹　em dâu

忘記　quên

快樂　vui vẻ

我　tôi

我們　chúng tôi

扮鬼臉　ngoáo ộp

找、還　trả lại

汶萊　Bờ-ru-nây (Brunei)

汽車　ô tô

沒什麼　không sao

男的　nam

見　gặp

豆腐　đậu

走廊　hành lang

車站　bến xe

那（指定詞）　đó / kia

那麼　thế / vậy

阮（姓氏）　Nguyễn

阮氏明月　Nguyễn Thị Minh Nguyệt

■ 八畫

事情、工作　việc

來　đến

來得及　kịp

兒子　con trai

到、來　đến

叔叔　chú

咖啡　cà phê

妹夫　em rể

妹妹　em gái

姊夫　anh rể

姊姊　chị gái

姊姊、女士、前輩　chị

姑姑　cô

岳父　bố vợ

岳母　mẹ vợ

或者　hoặc là

房間　phòng

所以　nên

承受　chịu

拖鞋　dép

放在句子最後，用來表示禮貌　ạ

放鬆　khuây khỏa

明（人名）　Minh

明天　ngày mai

朋友、伴　bạn

服務生　phục vụ

杯子（北部用語）　cốc

杯子（南部用語）　ly

林、霖（人名、姓氏）　Lâm

河、何、荷（人名、姓氏）　Hà

河粉　phở

沿著　đi dọc

法國　Pháp

炒　xào

爸爸　bố

物資設備　vật tư thiết bị

狗　chó

的　của

直的、縱線　dọc

空心菜　rau muống

空服員　tiếp viên hàng không

芭樂　ổi

花　hoa

花椰菜　súp lơ

長，職務名稱頭銜　trưởng

門口　cửa

阿姨　dì

附近　gần

青蛙　ếch

■ 九畫

亮　sáng

俄羅斯　Nga

前面　phía trước

南非　Nam Phi

咬　ngoạm

城市　thành phố

姨丈、姑丈　dượng, chú

姪女、外甥女　cháu gái

姪子、外甥　cháu trai

威風　oai phong

客戶服務　chăm sóc khách hàng

室、課　phòng

建築師　kiến trúc sư

很　rất

很深　sâu hoắm

律師　luật sư

後面　phía sau

後會有期　hẹn gặp lại

怎麼了　bị làm sao

故事　chuyện

春捲　nem

是　là

是、是的　vâng

柬埔寨　Cam-pu-chia (Cambodia)

柳橙　cam

毒、獨　độc

泉、溪　suối

派出所　đồn cảnh sát

相當、不錯　khá

看　nhìn

看守所　trại tạm giam

研究生　nghiên cứu sinh

研究與發展　nghiên cứu và phát triển

科技　kỹ thuật

約　hẹn

美國　Mỹ

英國　Anh

計畫　kế hoạch

革命　cách mạng

頁　trang

香蕉　chuối

■ 十畫

～哥　anh thứ + 數字

倉庫　kho

個（東西的單位詞）　cái

剛才、剛剛　vừa mới

原子筆　bút bi

哥哥　anh trai

哥哥、先生、前輩　anh

哪個、哪　nào

哪裡　đâu

孫女　cháu gái

孫子　cháu trai

孫子、孫女　cháu

家　nhà

家長　phụ huynh

家庭主婦　nội trợ

扇子　quạt

旁邊　bên cạnh

時鐘、手錶　đồng hồ

書　sách

書店　hiệu sách

桌子　bàn

殷勤　ân cần

泰國　Thái Lan

海（人名）　Hải

烤肉　chả

疾病　bệnh

祝賀　chúc mừng

租賃　thuê

紐西蘭　Niu Di-lân (New Zealand)

紙張　giấy

紡織工　thợ dệt

缺氧、打哈欠　ngoáp

茶杯〔北部用語〕　chén

蚊帳　màn tuyn

記者　nhà báo

財務　tài vụ

退休　nghỉ hưu

酒　rượu

馬來西亞　Ma-lai-xi-a (Malaysia)

高雄　Cao Hùng

高興　vui

高麗菜　bắp cải

■ 十一畫

乾脆　dứt khoát

做　làm

做事　làm việc

停車場　bãi đỗ xe

健康　khỏe

副，職務名稱頭銜　phó

動作很快　thoăn thoắt

商人　thương nhân

商店　cửa hàng

啊　vậy

啤酒　bia

國　nước

國際關係　quan hệ quốc tế

執行　chấp hành

堂弟、堂妹、表弟、表妹　em họ

堂姊、表姊　chị họ

堂哥、表哥　anh họ

婆婆　mẹ chồng

宿舍　kí túc xá

捲髮　tóc xoăn

探望　thăm

接見　tiếp kiến

接近、將近　gần

教　dạy

教室　lớp học

教室、班級　lớp

梅、玫（人名、姓氏）　Mai

深夜　đêm / đêm khuya

清楚　rõ

清澈　trong suốt

現在、目前　hiện

球　bóng

瓶子　chai

甜　ngọt

產品銷售　tiêu thụ sản phẩm

盒子　hộp

眼鏡　kính

第～個孩子　con thứ＋數字

第四　thứ tư

累　mệt

組，單位　tổ

荷蘭　Hà Lan

蛋　trứng

袋子　túi

設計　thiết kế

這　đây / này

這陣子　dạo này

造型師　nhà tạo mẫu

部分、部門　bộ phận

都　đều

魚　cá

■ 十二畫

傘（北部用語）　ô

傘（南部用語）　dù

喔、吧、呢　nhỉ

喜歡　thích

喝　uống

報社　tòa soạn

報紙　báo

尋找　tìm kiếm

就　thì

幾　mấy

廁所　nhà vệ sinh

普通、通常、平常　bình thường

最（加在方位詞後面）　cùng

最後　cuối

期、學期　kỳ

棉衣　áo thun

棒、厲害　giỏi

椅子　ghế

減、少　bớt

減價、打折　giảm giá

港　cảng

湯　canh

煮　nấu

畫　tranh

筆　bút

筆記本　vở

筆盒　hộp bút

等、待　chờ

答案　đáp án

給　cho

給、寄　gửi

菲律賓　Phi-líp-pin (Philippines)

貴　đắt

買　mua

貿易　thương mại

超市　siêu thị

越南　Việt Nam

越南語　tiếng Việt

進（人名）　Tiến

進出口　xuất nhập khẩu

郵局　bưu điện

開會　họp

集團　tập đoàn

飯　cơm

黃（姓氏）　Hoàng

黑　đen

黑手　thợ máy

■ 十三畫

園子　vườn

塊（某個東西的一部分）　miếng

媽媽　mẹ

嫂嫂　chị dâu

徬徨　bâng khuâng

想要　muốn

愛　yêu

搶劫　cướp

新加坡　Xinh-ga-po (Singapore)

新的、剛剛　mới

會計　kế toán

會計師　kế toán

椰子　dừa

業務部　phòng kinh doanh

溫暖　ấm

溼　ướt

照片　ảnh

爺爺　ông

碗（北部用語）　bát

碗公（南部用語）　tô

筷子　đũa

經理　giám đốc

經營　kinh doanh

義大利　Ý (Italy)

腳步聲很重　huỳnh huỵch

腳踏車　xe đạp

舅媽　mợ

舅舅　cậu

葡萄牙　Bồ Đào Nha

董事長　chủ tịch hội đồng quản trị

董事會　hội đồng quản trị

裡面　trong

跟、和　với

農民　nông dân

運動場　sân vận động

過年　Tết

道（菜的單位詞）　món

鐵鐘　kẻng

鉛筆　bút chì

零、不、沒有　không

電視機　ti vi

電腦　máy tính

電話機、手機　điện thoại

電燈　bóng điện

十四畫

圖書館　thư viện

實習　thực tập

對、正確　đúng

對外　đối ngoại

歌手　ca sĩ

漂亮　đẹp

演員　diễn viên

監獄　trại giam

算　tính

管子　ống tuýp

管理　quản lý

聞　ngửi

蒙古　Mông Cổ

製造廠　nhà máy

認識　làm quen

認識、熟悉　quen

語言　ngôn ngữ

語言、聲音　tiếng

說、講　nói

說謊、吹牛　nói khoác

辣椒　ớt cay

銀行　ngân hàng

鳳梨　dứa

十五畫

寬、大　rộng

寮國　Lào

廚房　bếp

德國　Đức

摩托車　xe máy

樣本　mẫu

盤子　đĩa

緬甸　Miến Điện / Mi-an-ma (Myanmar)

蔥　hành

蝴蝶　bướm

誰　ai

課　ban

請、讓、拜託、求、討　xin

豬　lợn

賣　bán

輝煌　huy hoàng

銷售　tiếp thị

銷售、賣貨　bán hàng

鞋子　giầy

十六畫

勳章　huân chương

學　học

學生　học sinh

學校　trường / trường học

橋　cầu

機場　sân bay

機構　cơ quan

橡皮擦　tẩy

澳洲　Châu Úc / Ốt-trây-li-a (Australia)

獨子　con một

糖果　kẹo

親哥哥 anh trai

貓 mèo

賴帳 quỵt tiền

鋼筆 bút máy

錢 tiền

餐館 quán ăn

鴨 vịt

鴨仔蛋 trứng vịt lộn

■ 十七畫

龍蝦 tôm hùm

幫忙、協助 giúp đỡ

擦撞 va quệt

縫紉工 thợ may

總公司 tổng công ty

總統 tổng thống

總裁 tổng tài

總經理 tổng giám đốc

聰明 khôn

薪水 lương

講話很快 liến thoắng

謝謝 cám ơn

還 vẫn

還有；……呢？ còn

韓國 Hàn Quốc

■ 十八畫

嬸嬸 thím

擴大 khuếch đại

繡 thêu

職員、上班族 nhân viên

職業 nghề

豐、風、峰（人名） Phong

轉、搬家 chuyển

醫生 bác sỹ

醫院 bệnh viện

雙胞胎 anh / chị em sinh đôi

雞 gà

■ 十九畫

藥 thuốc

辭典 từ điển

邋遢 tuềnh toàng

警察 cảnh sát

■ 二十畫以上

麵 mỳ

麵包 bánh mỳ

護士 y tá, hộ lý

鐵櫃 két

囉 nhé

彎曲 ngoằn ngoèo

權 quyền

歡迎 hoan nghênh

聽話 vâng lời

鑰匙 chìa khóa

國家圖書館出版品預行編目資料

實用越語輕鬆學 / 阮氏青河著
--初版--臺北市：瑞蘭國際, 2017.02
上冊192面；19×26公分 --（外語學習系列；37）
ISBN：978-986-94052-5-6（上冊；平裝）
1.越南語 2.讀本

803.798   105025377

外語學習系列 37

實用越語輕鬆學 上冊

作者｜阮氏青河
責任編輯｜林家如、王愿琦、林珊玉、潘治婷
校對｜阮氏青河、林家如、王愿琦、林珊玉

越語錄音｜阮氏青河、丁迦堡
錄音室｜采漾錄音製作有限公司
封面設計、版型設計、內文排版｜余佳憓
美術插畫｜吳晨華、何宣萱

瑞蘭國際出版
董事長｜張暖彗・社長兼總編輯｜王愿琦
編輯部
副總編輯｜葉仲芸・主編｜潘治婷
設計部主任｜陳如琪
業務部
經理｜楊米琪・主任｜林湲洵・組長｜張毓庭

出版社｜瑞蘭國際有限公司・地址｜台北市大安區安和路一段104號7樓之一
電話｜(02)2700-4625・傳真｜(02)2700-4622・訂購專線｜(02)2700-4625
劃撥帳號｜19914152 瑞蘭國際有限公司
瑞蘭國際網路書城｜www.genki-japan.com.tw

法律顧問｜海灣國際法律事務所　呂錦峯律師

總經銷｜聯合發行股份有限公司・電話｜(02)2917-8022、2917-8042
傳真｜(02)2915-6275、2915-7212・印刷｜科億印刷股份有限公司
出版日期｜2017年02月初版1刷・定價｜350元・ISBN｜978-986-94052-5-6
　　　　　2023年02月三版2刷